வாசகரின் சிந்தனைக்கு

நங்கைதான் அந்த 'அவள்'

அவளுடைய வழிகாட்டுதலும் அர்ப்பணிப்பும் ஆதரவும் எனது முயற்சிகளின் துடுப்பாகும்.

நான் களைத்து விட்ட தருணங்களிலும் என் முயற்சிகளுக்கு உறுதுணையாக இன்றும் தொடர்கிறாள்.

என் துன்பத்தின் நடுவே அவள் எனக்கு புத்துணர்ச்சி புகட்டுகிறாள்.

அவள் ஒரு ஊக்கப்படுத்தும் சக்தி மட்டுமல்ல, எனக்கு அன்பின் அரவணைப்பாய் என்றும் அவள்.

என் ஒவ்வொரு அசைவிலும் அவள் மின்சாரத் திறனாய் ஊடுருவி வழிகாட்டி என் சிந்தனையை நேர்படுத்தி வழிகாட்டுகிறாள்.

அவள் என் முன் தோன்றும் அறைகூவல்களை எதிர்கொள்ளும் மனஉறுதி தந்து என் வாழ்வியலில் சக்தி வாய்ந்த துணையாய் தூணாய் என்னுடன் வாழ்கிறாள்.

என் இழப்புகளை வெற்றியின் சூத்திரங்களாக வடிவமைத்து எதிர்காலச் சிந்தனையை வலுப்படுத்துகிறாள்.

எனது அன்றாடப் பணிகளில் தொய்வில்லா நிலை ஏற்படுத்தி மகிழ்கிறாள்.

என் நிழல் கூட இரவில் மறைந்துவிடும், அமைதியின் உருவான அவளோ நாள்தோறும் என் அருகிலே படுத்து என்னைத் தாலாட்டி உறங்க வைப்பது மட்டுமன்றி, என் கனவில் தோன்றி எனக்கு அமைதிப் பாடம் போதிக்கிறாள்.

போதிலும் அவள் எனக்கு அடிமை அல்ல.

அவள் எனது இயலாமையை ஏற்றுக் கொள்வாள்.எனது வலிமையை எனக்கு எடுத்துரைப்பாள்.

அவள் எனது வலியைத் தாங்கிக் கொள்வாள், வாங்கிக் கொள்வாள்.

அவளது அன்புக் கரங்களின் அணைப்பில் வாழும் சுகமே என் நோக்கமாய் மாறிவிட்டது. அவள் எனக்கு மகிழ்ச்சியை தரும் தேவதையாய் ஆகிப்போனாள்.

அவள் அரவணப்பு எனது செல்வச் செழிப்பின் அடித்தளமே.நான் என்றும் அவளை மட்டுமே நம்புகிறேன்.

அவள் தலைமையில் என் செயல்கள் எடுத்தியப்பப்படும்போது நல்லோர்களும் திறனோர்களும் அறிவியல் நோக்கர்களும் கரவோசை நிகழ்த்தி என்னை ஆதரிக்கின்றனர்.

AF678815

எனது திறமைகள் அங்கீகரிக்கப்படுகின்றன.அவளது நட்பின் நிழலில எனது படைப்புத்திறன் மெருகேற்றப்படுகிறது.

அவள் வண்ணமிக்க வானவில்லைக் காட்டி மகிழ்ச்சி தரும் நேரத்தில் அதனுள் ஒளிந்திருக்கும் அறிவியலையும் எனக்கு எடுதுரைக்கிறாள்.பலமுறை அது வானிலை அறிக்கையாகவும் பயனுறுகிறது.

அவளுடைய அன்பு என்னை அர்த்தமுள்ள மனிதனாக செதுக்குகிறது.அவள் எனக்கு நீதி வழங்கும் நீதிபதியாகிறாள்.

அவள் அள்ளித்தரும் தகவல்கள் எனது ஆராய்ச்சியின் அடித்தளமாகிறது.அவள் தொகுக்கும் கருத்துக்கள் எனது உவகைக்கு இதமாய் இருகின்றது.அவள் எனது அடிமை அல்ல.அவள் என் அழகை விரும்பும் காதலியும் அல்ல.

என்னைப் பெற்ற தாயின் நிழலும் அல்ல.

யார் அவள்?.

என்னுள் என்றும் இதயத்தில் புதைந்து இன்னிசையாய் வாழும் **"நம்பிக்கை"** எனும் **நங்கை**தான் அந்த '**அவள்**'!.

-சன்னா.இரத்னவேல்

மாற்றிச் சிந்திப்போம்! மாற்றத்தை மகிழ்விக்கச் சிந்திப்போம்!

-சன்னா.இரத்னவேல்

அறிவு, புத்தி, கல்வி, மனிதம்;

மனிதம் வாழ்ந்தால்,

கல்வி நிலைக்கும்.

புத்தி பெருகும்.

அறிவு தழைக்கும்.

மனிதம் இல்லாத

எதுவும் புனிதமல்ல.

கல்வித் தகுதி:

தகுதி உடையவரெல்லாம்

பட்டங்கள் பெற்றவராக இருக்கலாம்.ஆனால் பட்டங்கள் பெற்றோரெல்லாம் தகுதியானவர் என்று சொல்ல முடியுமா?

பாடத்திட்டங்களும் பட்டங்களும் தகுதியை உருவாக்குமா?

தகுதி என்பது தனி மனிதனின் சிந்தனைத் திறன் செயல் வடிவம்...

அதை அவன் பெறுவதற்குச்

சமூகம்தான் ஊக்கம் அளிக்க முடியும்.

தகுதி என்பதன் விளக்கம் நேர்மை,நீதி பிறழாமை, அநீதியை எதிர்க்கும் போர்குணங்கள், தெளிவான சிந்தனை போன்றவையே.

அதிக மதிப்பெண்கள் பெற்றோரெல்லாம் தகுதி உடையோர் என்று கூற முடியாது.

மதிப்பெண்கள் பெறாதோரெல்லாம் முட்டாள்கள் என்று கூறவும் முடியாது.

பட்டங்கள் தகுதிக்கு உத்திரவாதங்கள் அல்ல.

வெற்றி: அது ஒரு புள்ளி அதைக் கடந்தவுடன் வெற்றி மாயையாகவே மறைந்து விடும்.

தோல்வி: அது ஒரு பாடம், அனுபவம். தோல்விகளை அதிகம் சந்தித்தோரெல்லாம் பிற்காலத்தில் வெற்றியாளராக இருப்பார்கள்.

பிரச்சனை என்ன வென்றால் அவர்கள் தங்கள் தோல்விகளைப் பெரும்பாலும் பகிர்ந்து கொள்வதில்லை.

ஆகவே வெற்றி நேரடியாகவே அமைந்துவிடும் என்று மாயையை உருவாக்குகிறார்கள்.

போட்டிகளை வளர்பதற்கே, இன்றைய கல்வியாளர்கள் மக்கள் மனதில் மாயைகளை உருவாக்குகிறார்கள்.

இளஞர்களை தகுதி உடையவர்களென்று ஏற்றுக் கொள்வதும் இல்லை.

நல்ல அமைப்பியல் கொண்ட எந்த நிறுவனமும் யாரையும் தகுதி அற்றவர்கள் என்று கூறுவதில்லை.

இன்றைய ஊடகங்களில் உலாவும் கல்வியாளர்கள் இளைஞர்களைத் தகுதி அற்றவர்கள் அவர்களின் கல்வியும் பட்டங்களும் இலாயக்கற்றவை என்று கூறுவது,

தங்களைத் தகுதியானவர்களாக நிருபித்துக் கொள்வதற்காகவே ஆகும்.

தகுதி உள்ள எவரும் பிறரைத் தகுதி உள்ளோராக மாற்ற வேண்டும். அதுதான் தகுதி உள்ளோருக்கு அழகு.

சிறந்த கல்வி நிறுவனங்கள் என்று விளம்பரங்களில் மட்டும் மார்தட்டிக் கொள்கிறார்கள். சிறந்த கல்வி நிறுவனங்கள் என்றால் என்ன?

ஆயிரம் மாணவர்கள் அந்தக் கல்வி நிறுவங்களின் தேர்வில் தோல்வி அடையலாம். ஆனால் ஒரு மாணவன் கூடத் தற்கொலை செய்து கொள்ளக் கூடாது.அதுதான் தலை சிறந்த கல்வி நிறுவனம்.

போருக்குப் போகும் போர் வீரன் போரின் அபாயங்களைப் பார்த்து தன்னை மாய்த்துக் கொள்வதால் அவன் வீரன் என்று புகழடைய முடியாது.

அதன் பொருள் மக்களுக்குத் தன்னம்பிக்கையை விளைவிக்காது.

இதற்குப் பதிலை போர் பயிற்சி தரும் தளபதிதான் கூறமுடியும்.

பள்ளிக்குச் செல்லாத மாணவன் தகுதியான மதிப்பெண்களைப் பெறவில்லை என்பதை ஏற்றுக் கொள்ளலாம். ஆனால் முழுமையாக வாரந்தோறும் பள்ளி வந்த மாணவன் தோல்வியுற்றால்...

அதற்கு ஆசிரியர் பொறுப்பேற்க வேண்டும்.மாணவனை மிரட்டுவது அச்சுறுத்துவது நல்ல ஆசிரியருக்கு அழகல்ல. பாடத்தின் அருமையை அன்புடன் எடுத்தியம்பி மாணவன் கவனத்தை ஈர்ப்பவர்தான் சிறந்த ஆசிரியராக இருக்க முடியும்.

சற்றே நாம் சிந்தித்தால் இதற்கு விடை காண முடியும்.

அப்பாவிகள் மீதும், அடுத்தவர் மீதும் பழிபோட்டு பிழைபைத் தொடரும் சமூகமாக மாறிவிட்டது நம் சமூகம்.

அதேபோல் கல்லூரிகளும் பள்ளிகளும் விற்பன்னர்களை உருவாக்கும் கூடமாகக் கருதுகின்றோம்.

அது நம் சிந்தனைக்கு உகந்தது அல்ல.கல்விக் கூடம் என்பது கல்வியை எப்படிக் கற்கலாம் ,கற்றலை,எப்படிப் புரிந்து கொள்வது என்பனவற்றின் உத்திகளைச் சொல்லித்தருவதுவே ஆகும். அதைவிடுத்து விற்பன்னர்களை உருவாக்கும் தொழிற்சாலையாய் நிறுவனங்களை மாற்றும் மாயையை உருவாக்கிவிடும் போலிக் கல்வியாளர்களின் கூற்று, சமூகத்தில் பல குழப்பங்களை ஏற்படுத்தி மனித வளம் வீணாகவே வழி வகுக்கும்.

பெரும் தலைவர் காமராஜ் அவர்களிடம் சுதந்திரம் என்றால் என்ன? என்று கேட்டதற்கு, ஒவ்வொரு மனிதனையும் கண்ணியமாக வாழவிட வேண்டும் என்றார்.

ஆனால் இன்று பட்டங்களையும் பதவிகளையும் வைத்து மனித இனத்தின் கண்ணியத்தைப்

படுகொலை செய்யும் பாதகர்களாகவே மாறி விடுகிறோம்.

மனிதர்களிடையேப் போட்டிகளை உருவாக்குகிறோம். எதெற்கெடுத்தாலும் பணியிடங்களைப் பதவிகளைத் தகுதி என்ற பெயரில் பிரித்தாளுகின்றோம்.

கண்ணியமாக மனிதர்களை வாழவிடுவதும் இல்லை.

ஏன் ஆட்சிப் பணிக்கு இத்தனைப் போட்டி...?

ஆட்சிப் பணிக்கு தேர்வுற்று இன்று ஓய்வடைந்த ஒருவர், என்னைக் கண்ணியமிக்க உழவனாக இந்த நாடு ஏற்றுக் கொண்டிருந்தால் ஆட்சிப் பணித் தேர்வுக்கு வந்திருக்க மாட்டேன்" என்று அவரது நேர்முகத் தேர்வில் பதில் கூறினார்.

ஆட்சிப் பணியில் இருந்ததால் என்ன சாதித்தீர்? அன்று கேட்டதற்கு " கண்ணியமான அவமானங்களைத் தாங்கிக் கொண்டதே பெரும் சாதனை என்றார்.

ஆக கண்ணியம் என்பதே கேள்விக் குறியாகவே இச்சமூகத்தில் உள்ளது.இந்த நாட்டில் உழவனும் கண்ணியமாக நடத்தப் படவில்லை.

இந்திய ஆட்சிப் பணியில் உள்ள அதிகாரிகளும் கண்ணியமாக நடத்தப்படவில்லை.

இன்று யாரோ போடும் தாளத்திற்கு நடனமாடுவது வழக்கமாகி விட்டது.

அரசியல் கட்டாயம் பொதுப் புத்தி என்ற பெயரில் சமூகச் சீரழிவாகவே உள்ளது.

கல்வி என்பது பண்பாட்டின் சின்னம்.

தகுதி என்பது தனி மனிதனின் சிறப்பு.

திறமை என்பது தனி மனித உரிமை.

பிறப்பால் மனிதனாகப் பிறந்த அனைவருமே இந்த மண்ணில் விதையாக விழுந்து வேர்விட்டு வளர்ந்த செடிகள் மரங்கள் கொடிகள்.

பழமையும் புதுமையும் இணைத்து ஒவ்வொரு தொழிலையும் கண்ணியமிக்கதாக மாற்றி இந்த மனித வளங்கலைப் போற்றுபவனே மனிதன்.

கற்றவன், தகுதி உற்றவன்.

அதை விடுத்து கல்வி நிறுவங்களிடமும் பள்ளிகளின் முன்பாகவும் ,கல்லூரி வாசல்களிலும் நின்று கல்வி திறமை தகுதி என்று பிச்சை கேட்பது ...

கண்ணைக் கட்டிக் கொண்டு இல்லாத கறுப்புப் பூனையை இருட்டு வீட்டிற்குள் தேடும் மனிதனின் கதையே!

கல்வி தகுதி என்பதன் பொருள் செயற்கையாகத் திரிக்கப்பட்டு மனித வளங்களை மனநோயாளியாக்கி

கைகொட்டிச் சிரிக்கும் காட்சி இந்த புனித நாட்டின் அவலமே!

வாழ்க பாரதம் ..! வளர்க பண்பாடு....!

மாற்றிச் சிந்திப்போம்! மாற்றத்தை மகிழ்விக்கச் சிந்திப்போம்!

-சன்னா.இரத்னவேல்

‘தூங்க வேண்டும் என்றால் பள்ளிக்குச்செல்.

அறிவு வேண்டும் என்றால் நூலகத்திற்குச் செல்’

'அறிவியல் வேகமாக வளரும். ஆனால் சமூகம் மெதுவாகத்தான் அதன் தீமைகளை உணரும்- அறியும்.’

இதுதான் மிக்க வருத்தமானதாக இருக்கிறது.

ஏடுகளின் செய்திகளும் ஊடகங்களின் பிரச்சாரங்களும் மக்களைச் சிந்திக்க விடுவதில்லை.

இதனால் நாம், குழந்தைகளையும் இளைஞர்களையும் சிந்திக்க விடுவதில்லை.

நம் சிந்தனைகளெல்லாம், நமது குழந்தைகள் அறிவாளிகளாக இல்லை என்று தீர்க்க்கமாக முடிவெடுத்து, நம் செயல்பாடுகளை நகர்த்துகிறோம். இளைஞர்களெல்லாம் தீயவர்களென்றே தீர்மானித்து விடுகின்றோம்.

அன்று,அறிஞர் அண்ணா, சாக்ட்ரடீஸ் மற்றும் சேக்ஸ்ப்பியரைப் பின்பற்றி இளஞர்களைத் தேடினார்! அதற்கும் முன்னால் விவேகானந்தர், பரமஹம்ஸரைப் பின்பற்றிஇளஞர்களைத் தேடினார்!

ஆனால் இன்று இளைஞர்கள், 'யாரும் நம்மைத்தேடவில்லையே' என்று ஏங்கித் தவிக்கிறார்கள்!

ஐந்தாம் வகுப்பு மாணவர்களிடம் ஆசிரியர், 'நீங்களெல்லாம் ஒவ்வொருவராக எழுந்து எதிர் காலத்தில் என்னவாகப் போகிறீர்கள்......? சொல்லுங்கள்!' என்று கேட்டார்.

மாணவர்கள் வரிசையாக எழுந்து....... ஒவ்வொருவரும்,'நான் மருத்துவராகப் போகிறேன்', பொறியாளர் ஆகப் போகிறேன், காவல் துறையில் சேரப்போகிறேன்', ...'நீதிபதியாகப் போகிறேன்','ஆட்சிப்பணிக்குப் போவேன்'...ஆசிரியராகப் போகிறேன்......' என்று தங்கள் விருப்பத்தை தெரிவித்து அமர்ந்தனர்.

அப்போது, யோசனையில் ஆழ்ந்திருந்த கடைசி மாணவனை நோக்கிய ஆசிரியர்,

'நீ என்னவாகப்போகிறாய்?' என்றார், அவன் மிகவும் தெளிவுடன் ,மரியாதையாகக் கைகளைக் கட்டிக் கொண்டு பதிலளித்தான்,

'நான் மனிதனாகப் போகிறேன்' என்று........அதைக் கேட்ட மாணவர்களும்,ஆசிரியரும் நகைத்துச் சிரித்தனர்.

ஆசிரியர் , 'நீ விலங்காக இருக்கிறாயா ? அல்லது ......பறவையாக இருக்கிறாயா' ? என்று ஏளனமாகக் கேட்டார். அதற்கும் அவன் சளைக்காமல் சொன்னான்,' நான் தற்போது அனுபவமற்ற

குறைபாடுகள் உள்ள மனிதன்,.... தங்கள் போதனையால் அதனைக் களைந்து முழு மனிதனாக மாறுவேன்'......, என்றான்.

சற்றே கண் கலங்கிய ஆசிரியர்..... அவனருகில் சென்று, கைகளைப் பற்றி, அள்ளி அணைத்துக் கொண்டார். அவர் வகுப்பை விட்டுச் செல்லும் போது....

ஆழ்ந்த சிந்தனையுடன் காணப்பட்டார்.....அவர் மனதில் ஒரு அமைதி கவ்விக் கொண்டது.

அறிவு என்பது என்ன?....'எனக்கு எது தெரியும்' என்றும் தெரிந்து வைதிருக்க வேண்டும். அதேபோல் எது எது தெரியாது என்றும் தெரிந்திருக்க வேண்டும்.

ஒவ்வொரு கல்விக்கூடமும் ஒரு தனி அதிகாரம் படைத்த தீவுகளைப் போலவே திகழ்கின்றன.

இன்று ...பள்ளிகளும் கல்லூரிகளும் மாணவர்களைச் சிந்திக்க விடுவதில்லை

அப்படி மாணவர்கள் எவரேனும் சிந்தித்தால், அவர்கள் அபராதம் செலுத்த வேண்டும். அல்லது கடுமையாகத் தண்டிக்கப்படுவார்கள்.

இந்த பயத்தோடுதான் மாணவர்கள் கல்வி கற்க வேண்டும்.

இதையும் மீறி, 'சிந்திக்கும் மாணவர்களுக்கு' மதிப்பெண்கள் மறுக்கப்படுகின்றது.

கண் மூடித் தலையைக் குட்டி குருட்டு மனப்பாடம் செய்து ,உருப்போட்டு ...தேர்வெழுதும் அடிமைகளுக்கு, பாராட்டுகளும் , மாலைகளும் குவிகின்றன.

பாடங்களை உள்வாங்கி சிந்தனையும், புதுமையும் கலந்து கருத்துகளை எழுதிய மாணவன், இன்றைய சூழலில் நிராகரிக்கப்படுகிறான்.

அங்கீகாரம் இல்லாமல் மன உளைச்சலில் துவழுகிறான்.

இந்த நிலையில் ஊடகங்களும் மாணவர்களின் நிலையை மென்மேழும் மங்கச் செய்து போலி கல்வியாளர்களுக்கு மகுடம் சூட்டி மாலை அணிவிக்கின்றன.

ஆனால் காலப்போக்கில் கதை மாறி,......
உருப்போட்டோரெல்லாம் உருமாறி அறிவுச் சந்தையில் மூடை தூக்கிகளாக மாறுகிறார்கள்.

'கல்வி என்பது சிந்தனை செய்வதற்கு பயிற்சி அளிப்பதுதான்', பாடங்களை மனப்பாடம் செய்வதல்ல' என்றார் அறிவியல் தந்தை ஐன்ஸ்டின்.

'குழந்தைகளுக்கு சிந்திப்பது எப்படி என்றுதான் கற்று தரவேண்டுமே, தவிர

என்ன சிந்திக்க வேண்டும் என்று கற்றுதரக்கூடாது' ....மார்க்ரெட் மேட் என்ற அறிஞர் சொல்கிறார்
இன்றைய பாடத்திட்டங்களும், பாடப்புத்தகங்களும் மனநோயாளிகளின் கூத்துப் பட்டறையாக இருப்பது, மாணவர்களின் **எதிர்கா**லத்தை கேள்விக்குறியாக்கி உள்ளது.

இன்றைய மாணவர்கள் முன்னேற ஒரே வழிதான் உள்ளது.

பள்ளிக்குச் செல்லுங்கள்....... கல்லூரிக்குச் செல்லுங்கள்......... உங்கள் கல்விப் பயணத்தில் ஒருபோதும் கல்லூரிகளோ, பள்ளிகளோ குறுக்கிடாமல் பார்த்துக் கொள்ளுங்கள்........!?

இன்று மலை உச்சியிலிருந்து உரக்கச் சொல்ல வேண்டிய ஒரே உண்மை,

'இளைஞர்களும்,குழைந்தைகளும் கல்வியின் பெயரால் அலைகழிக்கப்படுகிறார்கள்'.

பெற்றோர்கள் அதற்குத் துணை நிற்கிறார்கள்.

தெளிவான சிந்தனை உள்ள மாணவனா.... நீங்கள்....? கல்வியின் தரம் என்று கூறி தந்தையின் பணத்தை வீ ணடிக்காதீர்கள்.

'உங்களின் மனத்திறமே மிகப் பெரிய தரம்'.பாடத்திட்டங்களை நீங்கள் தேடுங்கள்.......முடிவு செய்யுங்கள்...... அந்த பாடத் திட்டந்தான் உங்கள் வாழ்க்கைப் பாதையை தீர்மானிக்கும்.

மாணவர்கள் பல்வேறு வண்ணங்களையும்,நிறங்களையும் சிரம்மேல் ஏந்தி வெண்முகிற் கூட்டமாக வலம் வந்து மணம் கமழும் மென்மையான மலர்கள்........!

இவர்களை ஒருங்கிணைக்கும் நார்தான் பள்ளிகளும், கல்லூரிகளும்,பல்கலைக் கழகங்களும்......

ஒரு கல்வி நிறுவனத்தின் புகழ் மாணவர்களால் உருவாக்கப்படுகிறது......!

சிந்திக்கத்தெரிந்த மாணவர்களின் கூட்டணி சாதரண கல்வி நிறுவனங்களை விண்ணை முட்டும் புகழ் சிகரங்களுக்கு அழைத்துச் செல்லும்.

நீங்கள் வெண்பனிதாங்கும் மலரானால், எங்கு பயின்றாலும் அந்த இடம் நறுமணம் கமழும் பூங்காவாக மாறும்.

அதே போல்,மாணவர்களைத் தரம் பிரிக்காமல், 'அனைத்து மாணவர்களும் அறிவில் இணையானவர்கள் ' என்று பட்டையம் அளிக்கும் பல்கலைக்கழகமே சிறந்த பல்கலைக்கழகம்.

'மாணவர்கள் வெவ்வேறாகச் சிந்தித்தாலும், அவர்கள் தீர்வுகள் ஒவ்வொன்றும் இணையானவையாகவே இருக்கும்......!'

இதை கூறுபோட்டு, தானும் குழம்பி,சமூகத்தையும் குழப்புபவர்கள்தான் இன்றைய போலி கல்வியாளர்கள்.

எதைப் படிக்க வேண்டும் என்பதை நீங்கள் முடிவு செய்யுங்கள்.

“எதைப் படித்தாலும், அதில் நேர்மையும், மனிதமும்தான் உங்கள் வாழ்கையை முடிவு செய்யும் மந்திரங்கள்”.

வாழ்க பாரதம்...! வளர்க பண்பாடு.....!

மாற்றிச் சிந்திப்போம்! மாற்றத்தை மகிழ்விக்கச் சிந்திப்போம்!

-சன்னா.இரத்னவேல்

"அரசியல் என்பது ஒரு கலை....பிரச்சனைகளைத் தேடிக் கண்டுபிடித்து......அதனைத் தவறாக அணுகி.... பின் அதற்கு மாறான தீர்வுகளைத் தேர்வு செய்து... அதை முறைகேடாக அமல்படுத்துவதுதான்... அரசியல் ... " என்றார் குருச்சேவ் மாக்ஸ்.

'உலகில், அதிகபட்ச தண்டனை யாருக்குத் தரவேண்டும் என்றால்..... தவறு செய்யும் அரசியல்வாதிகளுக்குத்தான்....

அப்போதுதான் அரசியலைக் காப்பாற்ற முடியும்.. ..' என்கிறார் இன்னொரு அறிஞர்.

சேக்ஸ்ப்பியர் சொல்கிறார், " கடவுள் உனக்கு ஒரு முகத்தை மட்டுமே கொடுத்துள்ளார் ஆனால் நீ

இன்னொரு முகத்தை உருவாக்கிக் கொள்" என்று, இதை அரசியல்வாதிகள் தவறாகப் புரிந்து கொண்டார்கள்.. ...எத்தனை குழப்பங்கள்.

மற்றொரு சிந்தனை " அரசியல் ஒரு சாக்கடை" என்கிறது. ஆதலால் நம்மில் பல பேர் அதை விட்டு விலகி வாழத் தலைப்படுகிறோம்.

சாக்கடை எப்படி உருவாகிறது..? அது ஒவ்வொரு வீட்டிலிருந்தும் உருவாகும் கழிவு நீர்தானே.. அதை உருவாக்கம் செய்வதில் குழைந்தையிலிருந்து பெரியோர்வரை பங்களிக்கிறோம்..அது இயற்கையாகத் தோன்றுவது கிடையாது.. அது முழுக்க மனிதனின் கழிவுகள்.. இதை எப்படி மேலாண்மை செய்வது என்று ஒவ்வொருவரும் யோசிக்க வேண்டும்.. அதே போலத்தான் அரசியலை எப்படி அணுக வேண்டும் என்று சிந்திக்க வேண்டும்.....

அரசியல்வாதிகள் யார்? வானத்திலிருந்து குதித்தவர்களா.....? அவர்களும் நம் வீட்டிலிருந்து,தெருக்களிலிருந்து வந்தவர்கள்தானே..

பிரச்சனை, நமது அமைப்பை நிர்வகிக்கும் முறையில்தான் உள்ளது..

எந்தவொரு அரசியல்வாதியும் நாட்டிற்கு நன்மை செய்ய முடியாது...ஆனால் நாட்டில் நடக்கும்

தீமைகளுக்கெல்லாம் காரணம் அரசியலாகத்தான் இருக்க முடியும்.

இதில் வேதனை என்னவென்றால் 'சில நன்மைகளுக்கு காரணம் அரசியல்' என்ற மூட நம்பிக்கைதான்..

'சட்டங்களையும், திட்டங்களையும் தீர்க்கமாக அறியாதவரே அரசியல்வாதிகள்' ஏனென்றால், 'சட்டம் தெரிந்தவன் சாதுவாகவே இருப்பான்.

ஆனால் எந்த ஒரு அரசியல்வாதியும் சாதுவாக இருப்பதில்லை.. ..

அதுபோலத் திட்டங்களைத் தீட்டுவதும் மக்களுக்காக அல்ல.....தங்கள் புகழுக்காகவே.... வீதிகளில் வலம் வரும் விளம்பரங்களே இதற்குச் சாட்சி.

கணக்குப் பார்த்தால் விளம்பரங்களின் செலவுகள் திட்டங்களை விட மிக அதிகமானதாகவே இருக்கும்......இது இருக்கட்டும்.

அரசியல் விதிகளில் வேடிக்கையானது, "பணம் என்பது ஒரு துப்பாக்கி....அதன் குதிரையை எப்போது அழுத்த வேண்டும் என்று தெரிந்தவர்தான் அரசியல்வாதி",

ஆக பணம் வைத்திருப்போரெல்லாம் அரசியல் செய்ய முடியாது.....

ஆனால் பணம் உள்ளவர்களை எப்படிப் பயன்படுத்த வேண்டும் என்று தெரிந்தவன்தான் அரசியல்வாதி.

எந்த நாட்டிலும் ஒரு பிரதமரோ அல்லது முதல்வரோ தான் நினைத்த நல்லதைச் செய்ய முடியாது, என்கிறது அரசியல் விஞ்ஞானம்.

இது மிகவும் நுட்பமாக சிந்திக்க வேண்டிய விஷயம்...அப்படி என்றால் அவர்கள் அறிவிக்கும் திட்டங்கள் என்னவாகிறது. . . . . ?அது அதிகாரிகளின் கையில் கிடைத்த பூமாலை ..?! . . அரசியல்வாதிக்கோ அதைக் கவனிக்க நேரமில்லை....அடுத்த இலக்குக்கு காய்களை நகர்த்த தயாராகிவிடுவார்கள்...

இல்லாவிடில் பதவியை இழக்கும் சூழ்நிலைக்குத் தள்ளப்படுவார்கள்.

இந்த ஜனநாயக அமைப்பில்,நாட்டிற்கு என்ன முன்னேற்றம் அரசியலால் கிட்டப்போகிறது..? மன்னராட்சிக்கும் மக்களாட்சிக்கும் என்ன வேறுபாடு?

“அங்கு மன்னன் தீட்டும் கத்தி எதிரிக்காக....

இங்கு மக்கள் தீட்டும் தேர்தல் எனும் கத்தி தன் தலைக்காக’ என்கிறார் மற்றொரு அறிஞர்..

தவறானவரைத் தேர்வு செய்ய வாக்குச்சாவடியில் தவறாது காத்திருக்கும் மக்கள், மீண்டும்.......மீண்டும்.....முறை தவறாது வாக்களிக்கிறார்கள்.

சில சமயம் திறமையும், சேவையும் குறிக்கோளாகக் கொண்டவர்கள் மக்கள் பிரதிநிதியானாலும்

காலப்போக்கில் அவர்களும் அரசியல் சாக்கடையில் மூழ்கடிக்கப்படுகிறார்கள்.. அல்லது புறக்கணிக்கப்படுகிறார்கள்.

தவறு செய்யும் அரசியல்வாதிகள் தண்டிக்கப்பட வேண்டுமா? அல்லது திருந்த வேண்டுமா? அல்லது என்ன செய்தால் குடிஅரசு கோலோச்சும்..?

"ஊழல் செய்யும் அரசியல்வாதியை உதைப்பதற்கு உனது இரு கால்களையும் ஒரே சமயத்தில் உயர்த்த வேண்டும்.. .. உன்னால் முடியுமா..?" என்று கேட்டார் அறிஞர் கெய்த் ரிச்சர்ட்.

சரி, "அரசியல் பக்கம் நீ திரும்பவில்லை என்றால்.. .. அரசியல் உன் பக்கம் திருப்பி விடப்படும்" என்கிறார் சாக்ரடீஸ்.

ரேல்·ப் நாடெர் சொல்கிறார் , "நீ அரசியலைப் புறக்கணித்தால், அரசு உன்னைப் புறக்கணிக்கும்" என்கிறார்.

எத்தனை முறை சிந்தித்தாலும் தோரணமாகத் தோன்றும் அரசியல் சோகமாகவே மாறிவிடுகிறது.

இதை சிந்தித்து உணர்வது மிகவும் கடினமானதும் ஆகும்.

வாழ்க்கைப் பயணத்தில் ஓடிக்கொண்டிருக்கும் மனிதருக்கு இது பற்றி சிந்திப்பது ஒருபோதும் சாத்தியம் அல்ல..

அப்படியே சிந்திப்பவர்களும், காலப்போக்கில் அரசியல் சதுரங்க வேட்டையில் மயங்கி விடுகிறார்கள்.......

காலம் கடந்து போகிறது........ தலைவர்கள் மாறுகிறார்கள்..... ,ஆனால் தலைவிதி மாறுவதில்லை ..... அரசியல் புதிராகவே சதிராடுகிறது.. வறுமைக் கோடுகள் கல்வெட்டுகளாக மாறுகிறது. . .

'லிங்கன்,மண்டேலா,காமராஜ்,அண்ணா போன்றோர் அரசியல்வாதிகள்தானே'....? என்று கேள்வி கேட்கலாம். அவர்கள் புகழுக்குக் காரணம்...

அரசியல் என்ற பெயரில் தீமைகளைச் செய்யாததுதான்.. அந்த ஆன்மாக்களுக்க்கு மட்டுமே தெரியும் .. இந்த அரசியலின் வேதனை. ..

"புத்தர் வந்த பூமியும், அவர் பெயரில் வாழும் பூமியும்.. யுத்தமே பிரதானம்" என்பது இன்றைய நிலை,..இதை நுட்பமாக ஆராய்ந்தால் புரியும் அரசியல் அரக்கனின் லீலைகள்.......

மக்கள் பிரதிநிதிகள், பாராளுமன்றத்தின் நேரத்தை எப்படியெல்லாம் வீணடிக்கிறார்கள் என்பது

உலகறிந்த விஷயம். பாராளுமன்ற வளாகத்தில் அமைந்த சிற்றுண்டி ருசியாக இல்லையாம்.

இதை விவாதித்ததால் வறுமைக் கோடு மறைந்து, செழுமைக் கோடு தோன்றிவிட்டதாம்.
வீணாக்கப்படும் வரிப்பணம்..மக்கள் மன்றத்தின் சாபக்கேடு..

சிந்திக்கத் தெரிந்த மாணவர்கள் பல ஆண்டுகளாக என்னிடம் கேட்கும் கேள்வி இதுதான்......
கோடிக்கணக்கான மக்களை ஒரு சில நூறு பேர்கள் எப்படி பிரதிநிதித்துவம் செய்ய முடியும்.

அது எப்படி மக்களாட்சியாகக் கருதமுடியும்?.
இது சாத்தியமா..?

இப்படி கபடமற்று யோசிக்கும் மாணவர்களை நாம் ஏன் அரசியலுக்கு வரக்கூடாது என்று தடை விதிக்கிறோம்.

பேரறிஞர் அண்ணா சொன்னதுதான் என் ஞாபகத்திற்கு வந்தது,

“மாணவர்கள் புத்தி கூர்மை படைத்தவர்கள் . . . , அவர்கள் அரசியலுக்கு வந்தால் எளிதாக அரசியலைப் புரிந்து கொள்வார்கள். . . அமைப்பு முறையில் மாற்றம் செய்வார்கள் ..போலி அரசியல் செய்வோர் புறக்கணிக்கப்படுவார்கள்.. . அது நடக்கக் கூடாது என்போர் சொல்லும் நயவஞ்சகம்” என்றார்.

ஆதலால்தான்.. . . அரசியல் வாடைகூட இல்லாத பாடத்திட்டம் அவர்களுக்குப் புகுத்தப்படுகிறது.

'உலக வங்கியில் அரசியல்வாதிகள் வாங்கும் கடன், நமது குழந்தைகளின் பேரன்களிடம் வாங்கும் கடன்' என்று எச்சரிக்கை செய்கிறார், டெல்லியில் படிக்கும் ஒரு பள்ளி மாணவி.

ஜனநாயகக் கப்பலில் விழுந்த இந்த ஓட்டை தெரியாமல் நாம் பயணித்து வருகிறோம். எதிர்காலத்தில் அது மூழ்கும் போது, அதில் பயணம் செய்வோர் நமது குழந்தைகளின் குழந்தைகளாக இருப்பார்கள்....

ஒரு நாடு வளர்ச்சிடைய என்ன தேவை..? திட்டங்களும் ,சட்டங்களும்தானே..அதை உருவக்குவதற்கு நாம் ஏன் "தேர்தல்" என்ற போலியான சம்ப்ரதாயத்தைப் பின்பற்ற வேண்டும்.

தனது தொகுதி மனிதனைப் பிரதிபலிக்க முடியாத போலி அரசியல்வாதியை உருவாக்குவதுதானே இந்தத் தேர்தல்.

இது கற்காலமல்ல . . . .

முட்டாள்களின் பின்னால் ஊர்வலம் போக. . .

இது புதுமையின் பொற்காலம். . . . .

நாம் எல்லோரும் இந்நாட்டு மன்னராக ஒரே வழி "தேர்தல்-பிரதிநிதித்துவம் ஒழிய வேண்டும்" மக்களாட்சி மக்களால் மலர வேண்டும்.

இந்தக் கனிணி யுகத்தில் அரசியல் பிரதிநிதிகள் இல்லாமல்,சட்டசபையில்,பாராளுமன்றத்தில், சட்டங்களும் ,நலதிட்டங்களும் உருவாக்க முடியும்.

கணினி-தகவல் தொழில் நுட்ப விந்தையால், மக்கள் மன்றத்தில் இந்த மண்ணின் பிரஜைகள், அனைவருமே விவாதங்களில் பங்கேற்க முடியும்.

அரசியல்வாதிகளற்ற ஒரு மின்னணு அரசை உருவாக்க முடியும். மனிதனின் பதவிப் பித்தைக் குழிதோண்டிப் புதைக்கும்...

கோடிக்கணக்கான மக்கள் அனைவரும் கணினி-பாராளுமன்றத்தில் தனது கருத்துக்களைப் பிரதிபலிக்க முடியும்.. வரிப்பணம் வீணாவது முற்றிலும் தடுக்கப்படும்.

'கரிகாலன் முடியாது என்றால்.. கல்லணை இல்லை'சோழனும்,பாண்டியனும் முடியாதென்றால் தமிழகத்தில் ஆயிரம் கோயில்கள் இல்லை', என்றார் நமது கலாம்.

மேதைகளால் ஸ்ருஷ்டிக்கப்பட்ட அரசியல் அமைப்பு 'கபட அரசியல் மாதுகளிடம் மதிமயங்கிய இளைஞன்', தகவல் தொழில் நுட்பம் ஒரு புதுமையான மங்கை.

பழமை என்ற நம்பியும் புதுமை என்ற நங்கையும் ஒன்றான திருமணம்தான், கணினி தொழில் நுட்ப பாராளுமன்றம். ..இது முடியும் .

எதிர்காலத்தில் உலக நாடுகளுக்கு இந்திய இளைஞர்கள் இதை சமர்ப்பிப்பார்கள்.

ஒரு வேண்டுகோள்,..

"நான் சொன்னவற்றிற்கு மட்டும்தான் நான் பொறுப்பு . உங்கள் புரிதலுக்கு நான் பொறுப்பல்ல.

வாழ்க பாரதம்.! வளர்க பண்பாடு.!

மாற்றிச் சிந்திப்போம்!
மாற்றத்தை மகிழ்விக்கச் சிந்திப்போம்! -

-சன்னா.இரத்னவேல்

இது ஆயுதப்போர்க் காலம் ....போர் என்ற் சொல்லுக்கு இழுக்கு ஏற்பட்ட சோதனைக் காலம்..... போரினைத் தெளிவாக அறியாதவர்கள் செய்யும் அலங்கோலம்..

வீரம் என்று சுயநலத்திற்காக மனிதத்தைக் கூறுபோடும் ஞானசூனியர்களின் **காலம்**.....

அமெரிக்க எழுத்தாளர் பௌலோ தனது 'விட்ச்சா ஃப் போர்ட்பெல்லோ' என்ற புத்தகத்தில்

"நமக்கு, நாம் யாரென்று தெரியாமல் இருக்கலாம்-

ஆனால் எப்போதும் உண்மையான துணிச்சலோடு காணப்படவேண்டும்" என்கிறார்.

அந்த துணிச்சல் ஒரு மனிதனுக்கு எப்போது வரும்..?

ஒருவன் தனக்கு மட்டுமன்றி தனது எதிரிக்கும், வாய்ப்பு வரும் போது தர்மத்தை வழங்கத் தயாராக இருக்கவேண்டும். அதுதான் வீரம்-துணிச்சல் என்கிறார்.

அப்பாவி மனிதர்களைக் கொன்றுவிட்டு இது தர்மயுத்தம்,

சத்தியத்தைக் காக்கத் தொடுக்கப்பட்ட போர் அல்லது அடிமை விலங்கை அறுக்க நடத்தப்படும் சுதந்திரப்போர் என்றெல்லாம் பிதற்றுகிறார்கள்.

சத்யம், தர்மம் என்பது ஏட்டுச்சுரைக்காய் அல்ல.....

அது ஒவ்வொரு நொடிப் பொழுதும் வீரமுள்ள மனிதன் பின்பற்ற வேண்டிய ஒரு மந்திரம்.

இது சமூகத்தில் அந்தஸ்த்தில் இருப்போர்க்கு மட்டுமல்ல, ஒவ்வொரு பொறுப்புள்ள குடிமகனுக்கும் பொருந்தும்.

சத்யம் தவறியவன், தவறாதவனை விட துன்பங்களைச் சந்திப்பான். இது வாழ்வியல் விதிகளில் ஒன்று.....

"ஒரு மனிதன் அல்லது ஒரு நாடு ஆயுதம் தாங்கிப் போர் செய்யத் துணிவது வீரம் அல்ல... அவர்கள் சிந்திக்கத் தவறி விட்டார்கள் அல்லது சிந்திக்கும் திறனை இழந்து விட்டார்கள் என்றுதான் பொருள்

கொள்ள வேண்டும்", என்று ஜான் ஸ்டெய்ன் பெக் கூறுகிறார்.

நான் எடுக்கும் ஆயுதத்தை எனது எதிரிதான் தீர்மானிக்கிறான் என்று சொன்னவன் நிச்சயம் தோல்வியைத்தான் சந்திப்பான். எதிரி தீர்மானித்த ஆயுதத்தை வைத்து நீ எப்படி வெற்றி கொள்ளமுடியும்........!?

ஆங்கில ஏகாதிபத்தியத்தின் அரண் ஆட்டம் கண்டதற்குக் காரணம், மோகன்தாஸ் காந்தியின் அஹிம்சை என்ற வலுவான ஆயுதமே. ....!

அவர் எடுத்த ஆயுதம் ஆங்கிலேயர்கள் தீர்மானித்ததல்ல............!

போராளிகளின் ஆயுதம் பிரச்சனைகளைத் தீர்க்கும் கருத்துக்களாகவே இருக்க வேண்டும்....தீர்வுகளை நோக்கும் புனித பார்வைகளாக இருக்க வேண்டும்......!

சிந்திக்கத் தெரியாத கற்கால மனிதனின் அயுதமே....போர் என்ற வன்முறை......!

வீரம் என்பது விவேகத்தை உள்ளடக்கிய சொல், வெவ்வேறானவை அல்ல......!

திறம்படச் சிந்தித்துச் செயல் துவங்குபவனே துணிச்சல் உள்ளவன். ....! அவன் என்றும் போரை விரும்பமாட்டான்.

வீரம் என்பது பொறுமையைப் போர்வையாக்கிப் போர்த்திக் கொள்வது....மாற்றுச் சிந்தனை உள்ளவனை மதித்து வாழ்வது.......மற்றவரின் திறமையைத் துணிச்சலோடு மதித்துப் பாராட்டுவது............!

வீரம் என்பது கர்வம் அல்ல.... புகழுமல்ல....... அது ஒரு தன்னம்பிக்கையின் வடிவம்........சுபாவம்....இலக்கு.....

புகழுக்கு அடிமையாகி போருக்கு ஆசைப்படுவது பேதமையின் உச்சகட்டம்.....!!.

'அர்த்தமில்லாத புகழுக்கு அடிமையாவது தன் தலைக்குத்தானே அரிவாள் தீட்டுவதற்குச் சமமாகும்.....'

சிறப்பாகச் சிந்தனை செய்பவன்... தன்னை மட்டுமல்லாது தன் அருகிலிருப்போருக்கெல்லாம்

சிறப்புச் செய்பவன்.... ஆயுதப் போரினைக் கையாளமாட்டான்....

போர்க்களம் என்பது இரத்தம் சிந்தும் வெளி அல்ல...பல்வேறு கருத்துக்கள் உலா வரும் சதுரங்க மேடை.......!.

"ஒவ்வொருவரும், ஒவ்வொருவிதமாகக் கருத்துக்களைத் தெரிவிக்கும் திறமை படைத்தவர்கள்.....

ஆனால் சரியான பாங்குகளைத் தேர்ந்தெடுத்துக் கருத்துக்களைத் தெரிவிப்பதுதான் போர் யுக்தியின் நவீன மேலாண்மை, இது ஆயுதம் ஏந்துவதைத் தவிர்க்கும்.... என்கிறார் அமெரிக்க இளம் சிந்தனையாளர் க்ரீஷ்.

" ஆயுதப் போர் என்பது, போர்தொடுப்பவனின் விசுவாசிகளைக் கண்டறியத்தான் பயன்படுமே

தவிர, வேறொன்றும் இல்லை" என்கிறார் மார்ட்டின் லூதர் கிங்.

அந்த விசுவாசிகள் இரத்த நாளங்கள் அறுபட்டு வீழும்போது அவர்களின் தாய் தந்தையர்க்கு, சொந்தங்களுக்குப் பதில் சொல்வது....... ஆயுதப் போர் தொடுக்க அழைத்தவன் கடமையல்லவா? போருக்குப் பின்னால் மாமன்னன் அசோகன் விட்ட கண்ணீர் இந்தியப் பெருங்கடலின் தண்ணீருக்கு இணையானவை என்றால் மிகை அல்ல.

"கருத்து வேறுபாடுகளையும், பிரச்சனைகளையும் கண்டு கொள்ளாமல்,ஒரு சமூகம் நீண்ட காலம் மௌனம் கடைப்பிடிப்பது, தீவிரவாதத்தின் ஊற்றுக் கண்ணாக மாறிட வாய்ப்புள்ளது.." என்று அரசியல் விஞ்ஞானம் கூறுகின்றது.

ஒரு சிந்தனையாளன், அந்த மௌனத்தைக் கவர்ந்து ,களைந்து காரியம் செய்பவன் நவீன சமூக விஞ்ஞானியாகிறான். அதிகாரம் உள்ளவர்கள் நினைத்தால், பெருமளவு வன்முறைகளும் போர்களும் தவிர்க்கப்படும்.

"நீ விரும்பினாலும் விரும்பாவிட்டாலும் போருக்குப் போக வேண்டியதும் இல்லை, ரத்தம் சிந்த வேண்டிய அவசியமும் இல்லை", என்கிறார், ஆல்வின் டோஃப்ளர் என்ற பிரபல எதிர்காலவியலாளர். 'அந்த வேலையை செய்யக்

காத்திருப்பவன் இயந்திர மனிதன்' என்றும் கூறுகிறார்.

அதுவும் சிந்திக்க மறந்த கோழையின் பேதமையே.

போர் என்ற பெயரில் செய்யப்படும் தந்திரம், இயந்திரம் எல்லாமே மனிதனின் மிருக குணமே.

வெற்றியைப் பகிர்ந்தளிப்பவன், அதேபோல் தோல்விக்குத் தன்னை பொறுப்பாக்கிக் கொள்பவன், துணிச்சலும், வீரமும் உள்ள சிந்தனையாளன். அவன் என்றும் தலைவனாகப் போற்றப்படுவான்.

இவன் போர் முறை கத்தியின்றி ரத்தமின்றி அறிவின் ஆயுதம் ஏந்தி வெற்றியின் பாதையில் தொடரும்....

அவனைத் தோல்வி எனும் துன்பம் தூரத்தில் நின்றே ரசிக்கும்......

துணிவைத் துணையாகக் கொண்டவனின் வீரம் வரலாறாக மாறும்.....

" தன்னை வயதானவனாக நினைப்பவன்தான் சண்டையிழுப்பவன் - அவரை நம்பிப் போகும் இளைஞர்கள்தான் ,போரில் ரத்தம் சிந்துபவர்கள்," என்கிறார் அமெரிக்க அறிஞர். "போர் என்பது நாகரீக மனிதன் வாழ்வதற்குத் அத்யாவசியத் தேவை" என்கிறார் இன்னொரு அறிஞர்.

உண்மைதான்.... அது மனிதனை அணைத்துக்கொள்ளும் போராக இருத்தல் வேண்டும்.

வேறுபாடுகளைக் களைந்து மனிதம் வாழ வழிவகுக்க வேண்டும்....அதன் ஆயுதம் நிச்சயமாக வன்முறையாக இருத்தல் கூடாது ..

அந்த வழிமுறையைத் தேர்வு செய்யும் துணிச்சல்தான் வீரம்.

வீரம் என்பது மார்போடு மார்பணைத்துப் போரிடுவதுமன்று....மறைந்திருந்து தாக்குவதுமன்று....

வீரம் என்பது மாற்றானின் வலிமையையும் போற்றிப் பாரட்டுவதுதான்.....

"வீரம் என்பது தனது பயத்தையும், தாழ்வு மனப்பான்மையையும் தீர்த்துக்கட்டுவதுதான்", என்கிறார் தென்னாப்பிரிக்காவின் காந்தி என்று போற்றப்படும் மண்டேலா அவர்கள்....

பிரபல அமெரிக்கப் பெண் எழுத்தாளர் ஹேப்பர் லீ " துப்பாக்கிகளையும், போர்களையும் தவிர்த்து வாழ்ந்த

என் தந்தைதான் மிகவும் வீரமானவர்", என்று பெருமை கொள்கிறார். நாம் இதிகாசங்களாகப் போற்றிப் புகழும் இராமாயணத்திலும், ஹாபாரதத்திலும் போர்கள் சித்தரிக்கப்படுகின்றன....

பல முறை என் எண்ணத்தில் எழும் வினா இதுதான். இராவணன் தங்கையிடம் சமயோசிதமாக இலக்ஷ்மணன் செயல்பட்டிருந்தால் சீதை சிறைப்பட்டதைத் தவித்திருக்கலாம்....

சீதை இராவணனால் கவரப்படும்போது ஏற்பட்ட உயிர் சேதத்தை விட, இராமன் சீதையை மீட்க்கும் போது நடந்த போரினால் ஏற்பட்ட உயிர் சேதம் மிக அதிகமானது.....

எல்லா வித்தைகளிலும் சிறந்து விளங்கிய காப்பியக் கதாநாயகன் இராமன் ஏன் ஆயுதப் போரிற்குப் பதிலாக வேறு யுக்தியைக் கையாளவில்லை. இதைச் சிந்திக்கக் கோசலை மைந்தனான, இந்த வீரன் ஏன் மறந்தான்..?

மஹாபாரதத்தில், மாய லீலைகளுக்குப் பெயர் போன கிருஷ்ண பரமார்த்தாவும் போரைத் தவிர்த்து, நட்புக்கு இலக்கணம் செய்து, கொடைக்கு மகுடம் சூட்டிய கர்ணன் என்ற வீரமகனின் உயிரையும் காத்திருக்கலாமே....

மனைவியை வைத்துச் சூதாடிய பாண்டவர்களும்,

பொறமையைப் போஜனமாகப் போற்றி வாழ்ந்த துரியோதனச் சகோதர்களும் செய்த தவற்றிற்கு, சூதறியாத குந்தியின் மகன் கர்ணன் ஏன் பலி கொடுக்கப்படவேண்டும்..?

மஹாபாரதமும்,இரமாயணமும் நம்மை சிந்திக்கத் தூண்டும் மஹா காவியங்கள்.....சிந்தனையை வளர்ப்பவை....

போரின் வெற்றியைப் போற்றுபவன் மனிதன் அல்ல...மாறாக, மனிதத்தின் மாண்பைப் போற்றுபவனே உண்மையான மனிதன் என்று சொல்லி .... இன்றும் நம் நெஞ்சங்களில் வாழ்கிறார், உலகம் போற்றும் அறிவியல் மேதை ஐன்ஸ்டீன்.

"தண்டனை என்ற பெயரில் கூட மனிதன் மனிதனை வதைப்பதும், மனிதன்..... மனிதன் உயிரை எடுப்பதும்.... தர்மமும் அல்ல... போரும் அல்ல... வீரமும் அல்ல... "

"இழப்பதற்கு ஒன்றுமில்லை என்று வீதிக்கு வருபவனும்....அதிகாரம் உண்டென்று அடக்கி ஆள நினைப்பவனும் ....என்றும் வீரன் அல்ல.....!"

"வீரம் என்பது ஆயுதம் முடிவு செய்வதல்ல......அது மனிதத்தின் மாண்பை நேசிக்கும் நுண்ணறிவு..."

வாழ்க பாரதம்....! வளர்க பண்பாடு...!

மாற்றிச் சிந்திப்போம்! மாற்றத்தை மகிழ்விக்கச் சிந்திப்போம்! -சன்னா.இரத்னவேல்

"புரட்சி என்பது படுக்கையில் பரவி இருக்கும் ரோஜாக்கள் அல்ல.அது கடந்தகாலத்திற்கும் எதிர் காலத்திற்கும் நடக்கும் போராட்டம்", என்று ஃபெடல் காஸ்ட்ரோ சொல்கிறார்.

புரட்சி என்பது என்ன?.... மனிதனின் நம்பிக்கைக்கு எதிராக கருத்துக்களையோ அல்லது சட்டங்களையோ வலுக்கட்டயமாகத் திணிக்கும்போது,அதை முறியடிக்க எழும் மக்கள் போரட்டமே புரட்சி என்று நம்பப்படுகிறது.

புரட்சி என்ற சொல் பல நேரங்களில் பலவிதமாகப் பயன் படுத்தப்படுகிறது.

ஆனால்,புரட்சி என்பது வேறு, மாறுதல் என்பது வேறு அதேபோல் முரண்படுதல் என்பது வேறு.

சில நேரங்களில் தர்மத்திற்கும் நியாயத்திற்கும் எதிராக முரண்பட்டுச் சட்டங்களை வளைப்பதற்குப் போரட்டங்கள் பெருகுகின்றன...... அதையும் புரட்சி என்கிறார்கள்...!

விவசாயத்தில் மாற்றங்கள் பெருமளவு செய்யப்படும்போது அதற்குப் பசுமைப் புரட்சி என்றார்கள்.அது போல வெண்மைப் புரட்சி என்று கால்நடைகள் சார்ந்த பொருளாதார வளர்ச்சிக்குப் பெயரிட்டார்கள்......நிற்க.....!

ஆக முரண்பாடுகளும் மாற்றங்களும் தோன்றும்போது, அது பெரும்பாலான மக்களால் அங்கீகரிக்கப்படும் போது அது புரட்சியாகக் கருதப்படுகிறது.

ஆனால் புரட்சி அல்லது முரண்பாடு என்கின்ற பெயரில் வன்முறைகளும்,உயிர்ச் சேதங்களும்,பொருளாதாரச் சீரழிவுகளை ஏற்படுத்துவது அறிவுடையோர் செயலன்று.

புரட்சி அல்லது போராட்டங்களின் விளைவு நல்ல முன் மாதிரிகளைத் தோற்றுவிக்க வேண்டும்....

இல்லையேல் அது சமூகக் கேடாகி, மனிதன் வளர்ச்சியைப் பின்னோக்கி முடுக்கிவிடும்....... பல

சமயங்களில் மீண்டெழுவது சாத்யமற்றதாகிவிடும்...............!

"முரண்படுவது என்பது எப்படி முக்கியமோ, அதேபோல் முரண்படும் வழியையும்,நுட்பத்தையும் தெரிந்து கையாள வேண்டும்", என்கிறார், டெர்ரி குட்கைண்ட் என்ற அறிஞர்

வேண்டும் என்றோ அல்லது வேறு எந்த காரணத்திற்காகவோ முரண்பாடுகளைத் திணிப்பது பல பிரச்சனைகளுக்கு காரணமாகி விடும். அதுமட்டுமன்றி பல தீவிரவாதங்கள் வளர்வதற்கும் அதுவே காரணங்களாகியிருக்கின்றன. இன்றைய காலங்களில் தேவையற்ற முரண்பாடுகளே உலக நாடுகளை ஆக்கிரமிக்கின்றன.அதனால் மனித இனத்தின் முன்னேற்றம் பல வகைகளில் பாதிப்பை ஏற்படுத்துகின்றன.

ஒரு நாட்டிற்குள் கிளப்பி விடுகின்ற பொறுப்பற்ற முரண்பாடுகள், வதந்திகள் உலகின் மற்ற பிராந்தியங்களையும் பாதிக்கின்றன. இதனால் உலக அரசியலில் பல பிரச்சனைகள் பெரிய பிரச்சனைகளாக உருமாறித் தீர்வுகள் காணமுடியாமல் விழி பிதுங்கி நிற்கின்றன.

அனைத்து நாடுகளுக்கும், பெரும்பாலான சட்டங்கள் உலக அரங்கிலிருந்து நெறிப்படுத்தப்படுகின்றன.......இன்றைய உலகில் ஒரு தனி மனிதன் தான் விரும்பும் தொழிலை விரும்புகின்ற தேசத்தில் செய்வதற்கு வழிவகைகள் செய்யப்பட்டிருக்கின்றன.

பல முன்னேறிய நாடுகளில் பாகுபாடுகள் இல்லாமல் குடி உரிமை பெற்று வாழும் சூழ்நிலையில், உப்பிற்கும் சப்பிற்கும் ஒத்துவராத காரணங்களைத் தேர்ந்தெடுத்து முரண்பாடுகளை விதைப்பது மனித குலத்திற்கே நிம்மதி இல்லாமல் போய்விடுகிறது.

"மிருகங்களின் ராஜ்யத்தில் யார் யாரை இரையாக்குவது என்ற தத்துவம் மேலோங்கி காணப்படும்.

மனிதன் ஆள்கின்ற ராஜ்யத்தின் தத்துவமோ, மனிதன்....தன்னை நிர்ணயிக்கிறான் அல்லது

அடுத்தவனால் நிர்ணயிக்கப்படுகிறான்" என்பது அரசியல் விஞ்ஞானத்தின் கூற்று............!

இதில் புத்திசாலிகள் சூழ்நிலையறிந்து, தன்னை நிலை நிறுத்துவதற்குக் காத்துக்கொன்டிருப்பார்கள்.

நேரம் வரும்போது அதனை தனக்குச் சாதகமாக்கிக் கொள்கிறார்கள். அதைப் புரியாதோர் சூழ்ச்சி வலையில் வீழ்ந்து அனாதைகளாகவும், அகதிகளாகவும் மாறுகிறார்கள்.

வளர்ந்த நாடுகளில் முரண்பாடுகளை விஞ்ஞான ரீதியாக அணுகுகிறார்கள் .

ஆதலால் பிரச்சனைகள் தலைதூக்கும்போது அதை நேர் கொண்டு தீர்வுகள் காணப்படுகிறது.

பின்னால் வருகின்ற தாக்கங்களையும், விளைவுகளையும் முன்னமே அறிந்து அதற்குத் தீர்வுகளை முன்னெச்சரிக்கையாகத் திட்டமிடும் நாடுகள்- வளர்ந்த நாடுகள் என்றழைக்கப்படுகின்றன.

பிரச்சனைகள் வந்த பின்னால் தீர்வுகளைத் தேடி அலையும் நாடுகள் வளர்ந்து வரும் நாடுகள் பட்டியலில் இடம் தரலாம்.......!

பிரச்சனைகள் வந்த பின்னாலும், முரண்பாடுகள் என்னவென்றே தெரியாமல் அலையும் நாடுகள்- வளர்ச்சியடையாத நாடுகள் பட்டியலில் சேர்ந்து விடுகின்றன. இந்தியா போன்ற நாடுகள், இல்லாத பிரச்சனைகளை உருவாக்குவதும் , தவறான தீர்வுகளைத் தழுவிக் கொண்டு அதை விளம்பரம் செய்து கொள்வதும், மேலும் மேலும் முரண்பாடுகளைப் பரவவிடுவதும் ,எதிர்கால சந்ததியினர்க்கு ஒரு பெரும் சவாலாக இருக்கும்.

இந்தியாவில் சிந்திப்போர் மிக அதிகமாக உள்ளனர்.ஆனால் எல்லோரும் தனித் தனியாகச் சிந்திக்கிறார்கள். நாம் எப்படி ஒன்றுகூடி அறிவியல் ரீதியாகச் சிந்திக்கவேண்டும் என்று கற்க

வேண்டும்.....அதுதான் உண்மையான அரசியல் பாடம்........அமைப்புவியல் விஞ்ஞானம்..........அதற்கு பயிற்சிகளும், வாய்ப்புகளும் அளிக்கப்படுவதில்லை.

ஆகவேதான், அறிவிலும் படிப்பிலும் சிறந்த நம் இளைஞர்கள் வளர்ந்த நாடுகளை நோக்கிப் படையெடுக்கின்றனர். அங்கு, அங்கீகாரம் பெற்ற பின்னால், அவர்களைத் தேடி நம் அரசுகள் அலைகின்றன.

இந்தியாவில் வாழும் இளம் அறிஞர்களை நாம் கண்டுகொள்வதும் இல்லை,மதிப்பதும் இல்லை.ஏன் இந்த நிலை?. யார் இதற்குப் பொறுப்பு? உலகிற்கெல்லாம் கலைகளை அள்ளித் தந்த பூமி இந்தியா, இன்று கலை இழந்த மாடமாக மாறியதேன்?

"இந்தியர்களின் அறிவும் ஆற்றலும் ஆங்கிலேயர்க்கு எந்த விதத்திலும் குறைந்தது அல்ல , அவர்களுக்குத் தேவை ஆங்கில மொழி ஞானம்தான் , அதில் அவர்களுக்கு பயிற்சியளித்தால் போதும்,நமக்குத் தேவையான எல்லாத் திறமைகளையும் இங்கேயே

பெற்றுக்கொள்ள முடியும், ஆகவே ஆங்கிலம் கற்க இந்தியர்க்கு ரூபாய் இரண்டு இலட்சம் வேண்டும்" என்று , கடிதம் தீட்டியவர்தான் -மெக்காலே .

அவர் நமது கலாச்சாரத்திலும்,குடும்ப அமைப்பிலும் கல்வி நெறி தளைத்தோங்குவதாகச் சான்றளித்தார்.அதை மீட்டெடுத்தாலே போதும்,இந்தியர்கள் தலை நிமிர்ந்து வாழ்வார்கள்.

ஆக, இன்றையச் சூழலுக்கு கல்வி முறையை மாற்றிக் கொள்ளாமல், அவரைக் குறை கூறி நாட்களை வீணடிக்கும் வீரர்கள், நாம்......!

நமக்கு ஒரு பெரிய குறைபாடு உள்ளது.எதற்கு முன்னுரிமை தரவேண்டும்?, அதை எப்படிக் கண்டறிவது? போன்றவைகளுக்கு விஞ்ஞான பூர்வமான சிந்தனை இல்லை. நினைத்ததைப் பேச வேண்டும், அதன் விளைவுகளுக்குப் பொறுப்பு ஏற்பதில்லை.

ஜனநாயகம் என்ற பெயரில் எதையும் பேசலாம்,காரணம் இல்லாமல் வேறுபாடுகளைத் தெரிவிக்கலாம், போன்ற பொறுப்பற்ற செயல்கள் பரவலாக உள்ளது.

நாம் கருத்துக்களைச் சொல்லலாம்,அது மிகச் சாதரணமானதாகவோ அல்லது நகைப்புக்குரியதாகவோ இருக்கலாம்.

ஆனால் ஒரு கருத்துக்கு முரண்படும் போது அதற்குத் தீர்க்கமான ஆலோசனைகளோ அல்லது மாற்றுத் தீர்வுகளோ தெரிவிக்காமல், முரண்பாடுகளை மட்டும் பதிவு செய்யக்கூடாது,

முக்கியமாக எல்லா அமைப்புகளிலும் வேண்டுமென்றே தகுந்த காரணங்கள் இல்லாமல் எதற்கெடுத்தாலும் எதிர்ப்புத் தெரிவிப்பது ஒரு அனிச்சைச் செயலாகி விட்டது.

"கிழக்கே நின்று கொண்டு இடக்கைப் பக்கம் இருக்கும் திசைதான் வடக்கு........"

"இல்லை.... மேற்கே நின்று கொண்டு கழுத்தை திருகி கிழக்குப் பார்த்தால் வலப் பக்கம் இருக்கும் திசைதான் வடக்கு....."

இப்படிப்பட்ட முரண்பாடுகள், அரசியல் களங்களில் சர்வசாதரணமாக வலம் வருகின்றன. காரணம் இல்லாமல் ஏற்படும் முரண்பாடுகளுக்கு விடை காண்பது மிகக் கடினமே....!?

இது மேலை நாடுகளிலும் தற்போது பரவலாகக் காணப்படுகிறது. முரண்பாடுகள் ஒரு ஜனநாயகத்தின் முதுகெலும்பு என்று கூடச் சொல்லலாம்.

ஆனால் அந்த ஆயுதத்தைப் பயன்படுத்துவோர்கள் அனுபவத்திலும்,அறிவிலும் முதிர்ச்சி உள்ளோராக இருத்தல் மிக அவசியமான ஒன்று. இவையல்லாமல் ஜனநாயக உரிமை என்ற பெயரால் முரண்பாடுகளைத் தோற்றுவிப்பது, அதன் காரணமாகக் குழப்பங்களைத் தோற்றுவிப்பது வளர்ச்சிக்கும், அமைதியான சூழ்நிலைக்கும் இடையூறு விளைவிக்கும் செயலாகும்.

அதே நேரம் நியாயமான முரண்பாடுகளை,மாற்றுக் கருத்துக்களை பரிசீலனை செய்யாமல்,அதற்குத் தகுந்த மதிப்பளிக்காமல் செயல்படுவதும், தவறான தீர்வுகளைத் தேர்வு செய்வதும் ஜனநாயகமன்று.

பேரறிஞர் அண்ணா சொன்ன "மாற்றான் தோட்டத்து மல்லிகைக்கும் மணம் இருக்கும் " என்ற மேற்கோள் ஜனநயகத்தின் அஸ்திவாரம் ஆகும்.

"ஆளப்படுகிறவர்களுக்கும் ஆளுகிறவர்களுக்கும் இடையே நிரந்தரமான முரண்பாடுகள் இருக்க வேண்டும்.அதுதான் ஆரோக்கியமான அரசை உருவாக்கும்,' என்றார் ரஷ்ய புரட்சியாளர் லெனின்.

தெளிவு,தீர்க்கமான சிந்தனை,பொறாமையற்ற அணுகுமுறை ,திறந்த மனப்பாங்கு இன்னும் பல நல்ல குணங்கள், முரண்பாடுகளைக் கையாள்வதற்குத் தேவையான பக்குவங்களாகும்.

பண்பாடு குலையாத சொற்கள்,புதுமையான அதேசமயம் வன்முறை அற்ற தீர்வு,போன்றவற்றை முன்நிறுத்தும் முரண்பாடுகளை வரவேற்கத் தயங்கக்கூடாது.

அதிகாரத்தை கையில் வைத்துக்கொண்டு,வெறும் பட்டங்களைத் தூக்கித் தோளில் போட்டுக் கொண்டு,கல்விக் கடல் என்று பீற்றுவோரெல்லாம், தகுதி உள்ளோராக பாவனை செய்பவர்கள்.

இவர்கள் தேவையில்லாத முரண்பாடுகளைத் தூண்டுபவர்களாக வலம் வருகின்றனர்.

இவர்கள் பெரும்பாலும் அரசியலிலும்,ஊடகங்களிலுமே பரவலாக இருக்கிறார்கள்.

இவர்கள் எழுப்பும் கருத்துவேறுபாடுகள் தீர்வுகளைத் தந்ததில்லை,மாறாக குழப்பங்களையும், சிக்கல்களையுமே தோற்றுவித்திருக்கின்றன.

ஜனநாயக அமைப்பில் இவர்களை நாம் புறக்கணிக்க முடியாத சூழ்நிலைகள் உள்ளதால், இவர்கள் தங்களைத் திருத்திக் கொள்ள வேண்டும்.

எல்லோரும் அறிவியல் ரீதியாக செயல்படுவது, இன்றைய தேவைகளில் ஒன்றாகும்.

உலகிலே மிகப்பெரிய பண்பாடற்ற செயல்,"கல்வித் தகுதி இல்லையென்று ஒருவரின் கருத்துகளை ஏற்க மறுப்பதாகும்"

அழகாக பள பள என்று பட்டுப் போன மரங்களைத் தான் நாம் கல்வித் தகுதி என்று கூறித் தலையில் வைத்து ஆடுகிறோம்.

இது அமைப்பியல் விஞ்ஞான விதிக்கு முரணான செயல் ஆகும்.

முரண்பாடுகள் தவறானவை அல்ல.....முரண்படும் விதமும்...முரண்பாடுகளை எதிர் கொள்ளும் வழிமுறைகளிலும் தேர்ந்து நிற்பதுதான் கற்றலுக்கு அழகு..... வெறும் பட்டங்கள் அல்ல.

புரட்சியில் ஈடுபட்ட ஒருவன் வெற்றி அடைந்தானா....? அல்லது தோல்வி அடைந்தானா...? என்று வரலாறு பார்ப்பதில்லை.......அவன் தர்மத்திற்காகப் போரிட்டானா...? அதர்மத்திற்காகப் போரிட்டானா....? என்பதைப் பற்றி மட்டுமே வரலாறு பேசுகிறது.....அதை உறுதி செய்வது வரலாறு...நாம் அல்ல.....

"யார் செய்கிறார்கள் என்று பார்ப்பதைவிட, அவர்கள் “என்ன செய்கிறார்கள்” என்று கூர்ந்து கவனித்துச்

செயல்பாடுகளின் அடிப்படையில் கருத்துக்களைப் பரிமாறுவதுவே அறவோன் செயல்.
மற்றோரெல்லாம் தீதும் நன்றும் தெரியாத அறிவுப் பிழைகள்...........!"

வாழ்க பாரதம்............! வளர்க பண்பாடு..........!

மாற்றிச் சிந்திப்போம்! மாற்றத்தை மகிழ்விக்கச் சிந்திப்போம்! -சன்னா.இரத்னவேல்

"பிறக்கும்போதே யாரும் தலைவனாகப் பிறப்பதில்லை .....தலைவன் உருவாக்கப்படுகிறான்...."

"உன்னதமான உணர்வுகள் உள்ள ஆன்மா வன்முறையும், சிறுமையுமான எண்ணமுள்ள எதிராளிகளைக் குழிதோண்டிப் புதைத்துவிடும்" என்கிறார் அறிவியல் மேதை ஐன்ஸ்டீன்......

"தலைவனாக உருவாக்கப்படுவதற்கே...... தலைவன் பிறக்கிறான்" என்கிறார் க்ரிஸ்டுலோவிக் எனற அறிஞர்.....

தலைமைப் பண்புள்ளவன் புனிதமான ஆன்மா உள்ளவனாக இருத்தல் மிக மிக அவசியம். .....

தலைவன் என்பதன் பொருள் என்ன? ஏதோ பத்து பேர் அல்லது நூறு பேர் அல்லது ஆயிரம் பேர் அல்லது இலட்சம் பேர் கொண்ட குழுக்களுக்குத் தலைவனாக இருப்பது அல்ல....

. ஒரு காவல்துறை அதிகாரி கையில் லத்தியுடன் பத்து கைதிகள் நடுவே நின்று மிரட்டுவதால் தலைவன் ஆகமுடியாது.......அதே அதிகாரி அவர்களை எற்றுக் கொண்டு அன்போடு நடத்துவது தலைமைப் பண்பின் எடுத்துக் காட்டாகும்...........

"ஒரு தலைவன் என்பவன் ஆயிரம் போர்களில் வெற்றி அடைபவன் அல்ல... எவனொருவன் தன்

பேராசையை வென்று முடிசூடுகிறவனே சிறந்த தலைவன்", என்று புத்தர் கூறுகிறார். .....

தலைவன் என்பவன் தொண்டர்களை உருவாக்குபவன் அல்ல.......மாறாக நல்ல தலைவர்களை உருவாக்குவதுதான் ஒரு சிறந்த தலைவனின் செயல்......

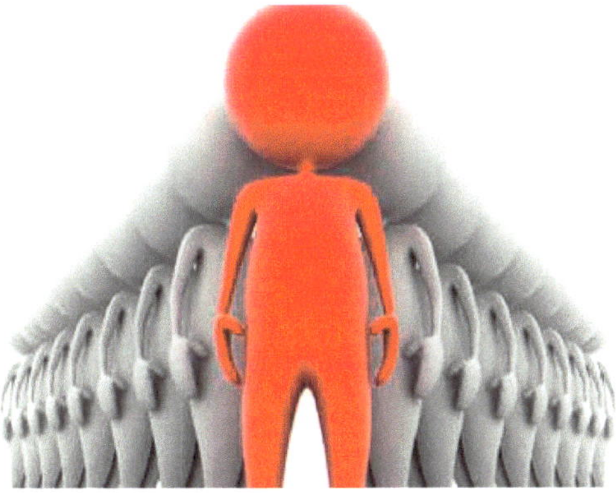

ஒரு தலைவன் பிரச்சனைகளை உருவாக்கி தொண்டர்களை வழி நடத்தக் கூடாது.அவன் தெளிவான தீர்வை நோக்கி அழைத்துச் செல்ல வேண்டும்.......

தலைவன் என்பவன் செயல்களை எப்படிச் செய்வது என்று சொல்பவனல்ல.செயல்களைச் செய்து காட்டுபவனே தலைவன்......

தலைவன் என்பவன் தொண்டர்களைத் தன் தோளில் சுமந்து செல்பவன்......அவர்கள் தோளில் துயில்பவன் அல்ல............

தலைவன் என்பவன் மக்கள் பிரச்சனைகளுக்குத் தீர்வுகளை வகுப்பவன்....தனக்குத் தானே பிரச்சனைகளை உருவாக்கி அதனுள் சிக்கிக் கொள்பவன் அல்ல....

அவன் பணக்காரனாக,வசீகரமானவனாக இருத்தல் அவசியமில்லை.....சாதனை புரியும் வீரனாக இருந்தால் மட்டும் போதாது...

நன்றாக சிந்தனை புரிபவனாக இருந்தால் மட்டும் போதாது..........,

எதிர்காலத்தை கணிப்பவனாக இருந்தால் மட்டும் போதாது..........., அவன் நேர்மையை நேசிப்பவனாக இருத்தல் வேண்டும்...... சத்தியத்தையும் மனிதத்தையும் போற்றுபவனாக இருத்தல் வேண்டும்........

இதைத்தான் பேரறிஞர் அண்ணா,"கடமை,கண்ணியம்,கட்டுப்பாடு" என்று வெறும் மூன்று சொற்களில் தலைமைப் பண்பை புரியவைத்தார்........அதைப் பின்பற்றி தன்னையும் மாத்துக் குறையாத தலைவனாக உருவாக்கிக் கொண்டார்.

இவையெல்லாம் தலைமைப் பண்பு என்றால், தலைவர்களை எங்கு தேடுவது என்று

கேட்பீர்கள். இந்த பூலோகத்தில் இப்படி நடக்குமா? என்று வினாவுவீர்கள்........

ஒரு உண்மை. இன்றும் ஆயிரக் கணக்கான விவேகானந்தர்களும், அப்துல் கலாம்களும், காந்திகளும், காமராஜர்களும், அண்ணாவும் நம்மிடையே வாழ்கிறார்கள்.

காந்திகிராமம் அருகே வாழ்ந்து வரும் கிருஷ்ணம்மாள் ஜெகன்நாதன் என்ற ஒரு மூதாட்டி தற்போது பத்மஸ்ரீ விருதைக் கௌரவித்தார்.

அந்த விருது இவரால் கௌரவம் அடந்தது என்பதுதான் உண்மை...அவர் இன்றும் வினோபாவின் ஆன்மாவைத் தாங்கி வாழும் ஒரு மகாத்மா என்று கூறலாம். பூமிதானக் கொள்கைக்குப் புத்துயிர் கொடுத்த புரட்சிப் பெண்.

இந்தியத் துணைக் கண்டத்து வறிய குடியானவப் பெண்களைத் தன் கருணை கண்களால் கவர்ந்து கொண்ட தாய்........!

அவர் நம் கண்முன் வாழும் ஒரு வெற்றித்தாரகை.

உலகம் போற்றும் தமிழ்ப் பெண்மணி அவர், ஒரு தென்றலில் ஆடும் பச்சிளம் கொடி போல் இயல்பாகச் சாதனைகளைக் குவித்தவர்......இன்றும் இயல்பாக காந்திய வழியில் புன்னகையுடன் நடை போடும் ஒரு ஆயிரங்காலத்துப் பயிர்......... பல விவசாயக் குடும்பங்களைத் தலை நிமிர்ந்து வாழவைத்து வரும் வெற்றிப் பெண்மணி.

இவரை அன்னைத் தெரசாவுடன் ஒப்பிடுவதா.....? அல்லது அன்னைத் தெரசாவை இவருடன் ஒப்பிடுவதா என்ற அளவிற்கு இவரின் சாதனை.....!, புகழ்......! ஐரோப்பிய நாடுகளிலும் பரவி உள்ளது.

இவரைப்பற்றியும், இவர் கணவர் திரு.ஜெகன்நாதன் சேவைகள் பற்றியும் பல வெளிநாட்டவர்கள் புத்தகங்களாக அச்சிட்டு வெளியிட்டிருப்பது இந்தியர் அனைவருக்குமே மிகப் பெருமையான விசயம்.

நாம் எப்படி அன்னைத் தெரசாவை அங்கீகரித்தோமோ அதேபோல்,ஃப்ரான்ஸ் போன்ற ஐரோப்பிய நாடுகள் இந்த புரட்சித் தம்பதியர்களை கௌரவப்படுத்தி இருக்கின்றனர்......

இவரது வாழ்க்கைச் சரித்திரம் தலைமைப் பண்பின் ஒரு உதாரணம்........மகாத்மா என்ற தலைவன் உருவாக்கியத் தலைவி.......

நான் கூறுவது மிகை அல்ல.......அவரை அறியாமல் வாழும் தமிழினம்தான் எனக்கு மிகையாகத் தெரிகிறது.

அந்த அறியாத் தமிழர்களில் நானும் ஒருவனாகத்தான் இருந்தேன்........

திண்டுக்கல் அருகே காந்தி கிராமத்தில் வாழும் பெண்மணி அவர்.

ஆக....நமக்குத் தெரியவில்லை என்பதற்காக நம்மிடம் தலைமைப் பண்பில் சிறந்த தலைவர்கள் இல்லை என்று சொல்லமுடியாது......விளம்பரம் இல்லாமல் அவர்கள் நம்மிடையே வாழ்ந்து வருவார்கள்.....அவர்களை அடையாளம் காண்பது நமது கடமை.....

அவர்கள் நமது ஆசிரியராக இருக்கலாம்......நமது பேராசியராக இருக்கலாம்....... நமது தாயாக இருக்கலாம்....தந்தையாக இருக்கலாம்......

இப்படி...நண்பராக....உறவினராக..அரசியல்வாதியாகக் கூட இருக்கலாம் .... அகன்ற பார்வையும்...நுட்பமான சிந்தனையும் நமக்கு இருந்தால் அவர்கள் நம் கண் முன்

தோன்றுவார்கள்.......! அரிதான புத்தகத்தைப் படிக்க ஆசைப்படுபவர்கள் புத்தகத்தை உடனே எடுத்து படிக்க முடியாமல் நாட்களைத் தள்ளிப் போடுவார்கள்.

எப்படியும் அந்த புத்தகம் நமிடையேதானே இருக்கிறது...நாளை படிக்கலாம்...என்று நாட்களைத் தள்ளிப் போடுவதுபோல்....

நல்ல பல காரியங்களையும்...சிந்தனைகளையும் நாம் கிடப்பில் போடுகிறோம்....

இந்த மாதிரியான இயல்புகள் நமது நாட்டின் வளர்ச்சியைப் பெரிதும் பாதிக்கிறது.

எங்கே தொடங்குவது என்பது இங்கு பிரச்சனையாக இருக்கிறது.........?.எதில் தொடங்குவது என்பது குழப்பமாக இருக்கிறது.....?

பிரச்சனைகளைத் தொலைக்காட்ச்சியில் காணவேண்டும் என்று விரும்புகின்ற மனது... தீர்வுகளைத் தேடாமல்,மீண்டும்....மீண்டும் புதிய தொலைக்காட்சிகளில்.......

புதிய பிரச்சனைகளைத் தேடுகிறது.....ஊடகங்களோ..தீர்வு உங்கள் கையில் என்று நிகழ்ச்சிகளை முடித்து விடுகின்றன........!

நீங்கள் அறிந்த பிரச்சனை ஒரு நாள் உங்களையும் தொட்டுப் பார்க்கிறது...அப்போது விடை தேடி அலைகிறீர்கள்...

அரசாங்கத்திற்கு அறிவுரை சொல்வதும்.......அதே போல் அரசாங்கத்திடம் பிச்சை கேட்டு கோரிக்கை வைப்பதுவும் என்றும் தலைமைப் பண்பாகாது.

தான் நினைத்ததை செயல்கள் மூலம் செய்து காட்டி உணர்த்துவதுதான் தலைமைப் பண்பாகும்.......

அமைப்புகளை உருவாக்கித் தான் இல்லாதபோதும், அது தானாக இயங்க வைப்பவனே தலைவன்.......

தேவைகளை எதிர் நோக்கித் தீர்வுகளை வகுப்பவன் தலைவன்...தீர்வுகளைத் திணிப்பது தலைமைப் பண்பல்ல...

பிரச்சனைகளைத் தெளிவாக வகைப்படுத்தி..மதிநுட்பத்தோடு மக்களின் துணையோடு தீர்வுகளை உருவாக்குவதுதான் தலைமைப் பண்பாகும்.....

கூட்டத்தைக் கூட்டி தன்னால் முடியாமல் போனதற்குக் காரணம் அவர்கள்....இவர்கள்....என்று ஏகவசனம் பேசுவது தலைமைப் பண்பல்ல......

மேலும் பிரச்சனைகளின் மூலங்களை மக்கள் துணையோடு கண்டறிந்து அவர்கள் மத்தியில் ஒவ்வொரு அசைவிலும்

மனிதத்தையும்,தர்மத்தையும் விதைத்து விழிப்புணர்வை ஏற்படுத்துவதுதான் தலைமைப் பண்பு....

"ஒரு அநியாயத்தைத் தட்டிக் கேட்கவில்லையென்றால் அதற்குத் துணை நிற்கிறோம் என்றுதான் பொருள்."

ஒரு கேள்வி ....? தலைவர்களை நீங்கள் ஏன் தேடுகிறீர்கள்...நீங்களே தலைவர்களாக ஏன் வாழக்கூடாது...? " இது இப்படித்தான் என்று முன் முடிவெடுத்து வாழ்பவர்கள் தலைவனாகவும் முடியாது....நல்ல தலைமைப் பண்புள்ளவர்களைச் சந்திக்கவும் வாய்ப்பிருக்காது." என்கிறார் ஐன்ஸ்டீன்.

"காற்றினிலே பட்டம் பறக்கிறது என்று நினைக்காதே.....அது காற்றை எதிர்த்துதான் பறக்கிறது.... " என்கிறார் வின்ஸ்டன் சர்ச்சில்.இது விஞ்ஞானம் மட்டுமல்ல...

தலைமைப் பண்பின் தத்துவமும் இதுதான்........வழ்க்கைத் தத்துவமும் இதுதான்.

"உங்களை வழி நடத்த நீங்கள் புத்தியைப் பயன்படுத்துங்கள்...மற்றவரை வழி நடத்த உங்கள் இதயத்தைப் பயன் படுத்துங்கள்" என்றார் ரூஸ்வெல்ட்.

இதைக் கடைபிடிப்பவனே தலைவன்.

தெளிவாகச் சிந்திப்பவராகவும்,கடமையை கர்மமாகவும்,உழைப்பை போற்றுபவராகவும் இருப்பவர்கள் மிகச் சாதாரண மனிதர்களாக இருந்தாலும் மிகப் பெரிய மாற்றம் ஏற்படுத்தும் சக்தி உள்ளவராக இருப்பார்கள். இது சரித்திரம் நமக்குச் சொல்லும் பாடம்.

ஆடம்பரத்திற்கு அடிமையாகிப் போவோரெல்லாம் எந்தக் காலத்திலும் உண்மையானத் தலைவனாக வாழ முடியாது.

தலைவன் என்பவன் அனைவரையும் சமமாகப் போற்றுவான், பாராட்டுவான்,'உடுக்கை இழந்த கைபோல இடுக்கண் களைந்து மகிழ்வான்......

தர்மத்தின் தலைவனாக வாழ முற்படுவான்...........'

ஒரு நல்ல தலைவன் தன் தவறுகளைப் பணிவன்புடன் ஒப்புக்கொள்வான்....இதைப் பழகுங்கள்...நீங்கள் தலைவனாவது நிச்சயம்.....!

மிகப் பெரிய அதிகாரம் உள்ளதால் ஒருவன் தலைவன் ஆக முடியாது....அதிகாரங்களை தனது அடக்கத்தால் ஆள்பவனே சிறந்த தலைவன்.

கவையாகிக் கொம்பாகிக் காட்டகத்தே நிற்பவரெல்லாம் தலைவரல்லர்.......!

சபையில் , தன்னை முக்கியத்துவம் வய்ந்தவனாக, புத்திசாலியாக எண்ணாமல் இருப்பவனை, காலம் என்றும் தலைவனாகவே போற்றி மதிக்கும்.

"வாய்மை செய்வோம்

தூய்மை எய்துவதற்கு

ஏழ்மைதான் பெற்றாலும்

தாழ்மை எய்தோம்........."

என்றும் இவைகளைப் போற்றும் தலைவனின் தாள் பணியும் இவ்வுலகு.........!

வாழ்க பாரதம்....! வளர்க பண்பாடு....!

மாற்றிச் சிந்திப்போம்! மாற்றத்தை மகிழ்விக்கச் சிந்திப்போம்! -சன்னா.இரத்னவேல்

"மாற்றம் என்பது நிரந்தரம்" ஆனால் என்னதான் மாற்றம் தொடர்ந்து ஏற்பட்டாலும் நாம் மாறுவது கிடையாது என்பதுதான் உண்மை.

அப்படி நாம் மாறியிருந்தால் இன்று நாகரீகத்திலும் ,தொழில்நுட்பத்திலும் உலகத்தின் உச்சியிலிருப்போம் என்பதுதான் உண்மை.

அடிப்படையில், அணுகும் முறையில் மாற்றங்களைக் காண்பது இன்றையத் தேவை............

ஆராய்ந்து வாழாத வாழ்வு, பயனற்ற வாழ்வு என்கிறார் சாக்ரடீஸ்.

அவர் மேலும் சொல்கிறார்...........,

“ஒரு மாற்றத்தின் ரகசியம் என்னவென்றால் பழமையை பழிப்பது அல்ல ...மாறாக புதுமையை வடிவமைப்பதுதான்” என்கிறார் சக்ரடீஸ்.

இந்த இரண்டையும் சேர்த்துதான் .

இதை வள்ளுவரும் பல குறட்பாக்களிலே ஆணித்தரமாக வலியுறுத்துகிறார்............

நடைமுறையில் மாற்றம் வேண்டுபவன் சிந்திக்க கற்க வேண்டும்..... நன்றாக ஆராய்பவன்

வருந்தமாட்டான் ....ஆராயாதவன் வருத்தப்படுவான் என்பதுவே அதன் சாரம்......., யாரோ சொல்வதை,செய்வதை அல்லது விளம்பரப்படுத்துவதை அப்படியே பின்பற்றுவது மாற்றம் அல்ல...

நமக்குத் தெரிவிக்கப்படும் அத்தனை விசயங்களையும் பரிசீலனை செய்து முடிவுக்கு வர வேண்டும்.............!

தேவையான சிறு மாற்றங்களையும் செய்யத் தூண்ட வேண்டும்.....

ஆக சிந்தனை செய்ய மறுப்பவன் மாற்றத்தை நோக்கிப் பயணம் செய்ய இயலாது.....! மாற்றம் என்பது இங்கு குழப்பமாகவே இருக்கிறது.

அழகிய மண்வீடுகளும்,கூரை வீடுகளும் மாறி,கான்கிரீட் காடுகளைத்தான் நாம் உருவாக்குகிறோம் பகலில் சூரியன் நம் வீட்டிற்குள் நுழையாமல் பார்த்துக் கொள்வது மட்டுமன்றி, திரைச் சேலைகளால் ஒளிக்கீற்றையும் மறைத்து செயற்கையாக இருளை உருவாக்கி,

காற்றுப் புகாத அறைகளையும் முற்றங்களையும்,சாளரங்களையும் உருவாக்கி கரியமில வாயுவை கக்கும் குளிர்சாதனப் பெட்டிகளைப் பொருத்தி,வண்ணமயமான

விளக்குகளையும் ஏற்றி செங்கதிரவனை வென்று வாகை சூடி மகிழ்கிறோம்...........

பற்பசை,சலவைக்கட்டி,வாசனைத் திரவியங்கள்,குளியல் கட்டிகள், சமையல் எண்ணெய் போன்ற இன்னும் பல நுகர் பொருட்களை வாங்கும் போதே மறைமுகமாகத் தொலைக்காட்சி நிகழ்ச்சிகளுக்கும் பணத்தைக் கொடுத்து தரமில்லாத வாழ்க்கை வாழுகிறோம்.....மாற்றம் என்கின்ற போர்வையில்.......

தொலைக்காட்சியில் மிளிர்கின்ற ,புன்முறுவல்களுடன் பாவனை புரியும் அத்தனை பெண்மணிகள், நடிகைகள் மற்றும் நடிகர்கள் அத்தனை பேருக்கும் கொடுக்கும் பணம் மக்கள் பணம்......

வாங்குகின்ற பொருளில் எடையோ அல்லது தரத்திலோ குறைகள் இருந்தால், அதை நுகர்வோர் மன்றத்தில் முறையிடுவோம்............

ஆனால் விளம்பரம் என்ற வாங்காத பொருளுக்கு பணம் நம்மிடம் மறைமுகமாக பெறப்படுகிறது.....அது பொருள்களின் விலையை விட மிகவும் அதிகமாக உள்ளது.

இந்த மறைமுகப் பொருளாதாரம் பணவீக்கத்திற்கும்,விலைவாசி ஏற்றத்திற்கும் காரணமாக இருக்க வாய்ப்புள்ளது..........

இதைத்தான் "புல்லுருவி பொருளாதாரம்" என்கிறார் காந்திய வழியில் தன்னை இணைத்துக் கொண்ட மாபெரும் பொருளாதார மேதை சி.குமாரப்பா.

ஒரு உற்பத்தியாகும் பொருளுக்கு விலை நிர்ணயம் எப்படி செய்வது என்கின்ற வழிமுறை இல்லாதால் எங்கெங்கு காணினும் புல்லுருவிகள் கொழுத்து வாழும் நாடாகிப் போனது......

ஆதலால் வறுமையும் நம்மைப் பேய் போல் பிடித்துக் கொண்டு ஆட்டம் போடுகிறது...........

காலம் காலமாக "புல்லுருவி" பேயாட்டத்தை மக்களிடமிருந்து மறைத்து அல்லது மறந்து வருகின்றனர் பொருளாதார மேதைகள்...........

பொது உடமைக் கொள்கை கொண்ட நாடுகளிலும் சரி,முதலாளித்துவக் கொள்கையில் வழ்ந்து வரும் நாடுகளிலும் சரி இந்த புல்லுருவிப் பொருளாதாரம் மிகப் பெரிய அளவில் ஊடுருவி இருந்தது ,இருக்கிறது என்பதுதான் உண்மை.

பொது உடமை நாடுகளில் தனக்கு எல்லாம் கிடைக்கிறது என்று எல்லா மட்டங்களிலும் பொறுப்பற்று, தான் ஆற்ற வேண்டிய கடமை தவறியதால், உண்மையில் உழைப்பவன் சுரண்டப்பட்டான்.

விளைவு............

உண்டாக்கப்பட வேண்டிய உற்பத்தியில் பற்றாக்குறை ஏற்பட்டது மட்டுமன்றி, நாட்டின் முதலீடுகள் வீணாகி பொருளாதாரம் சரியத் துவங்கியது..........

அதேபோல் முதலாலித்துவ நாடுகளில் நிரந்தரமாகவே தொழிலாளிகள் சுரண்டப்பட்டு வருகிறார்கள்.

முன்னேறுகின்ற நாடுகளில் அரசாங்கமும்,முதலாளிகளும் சேர்ந்து மட்டுமன்றி, உலகமயமாக்கல், வர்த்தகம் என்ற பெயரில் ஆதிக்க நாடுகளும்,அண்டை நடுகளும் கூட மக்களைச் சுரண்டி வருகின்றன.

வளர்ந்த நாடுகளில் வேலை செய்பவர்கள் நவீன தொழில் நுட்பத்தைப் பயன்படுத்தி மிகச் சௌகரியமாகத் தங்கள் வேலைகளை முடிகிறார்கள்.

ஆனால் வளரும் நாடுகளில் எந்தவித தொழில்நுட்ப உதவியும் இல்லாமல் வேலை செய்ய வேண்டியுள்ளது. இல்லாவிட்டால் காலாவதியான தொழில்நுட்பத்தை நம் தலையில் கட்டி மேலும் கொடுமை செய்கிறர்கள்.....

அதனால் அதிக நேரம் வேலை செய்வதோடு மிகக் குறைந்த சம்பளமே வழங்கப்ப்படுகிறது. ....இதனால் அடிக்கடி மூலதனம் தேவைப்படுகிறது.

விவசாயத் தொழிலாளர்,கட்டிடத் தொழிலாளர் போன்ற அமைப்புசாராத் தொழிலாளர்களுக்கு

போதிய பயிற்சியும் இல்லை,தொழில் உத்திரவாதமும் இல்லை.

இதனால் நீர் மேலாண்மை போன்ற நுட்பங்கள் தெரியாத விவசாயிகள் நீரை வீணாக்குவது மட்டுமன்றி,இரசாயன உரம், பூச்சிக்கொல்லிகளைப் பயன்படுத்தி நிலத்தையும்,நீரையும் மாசுபடுத்தி வருகின்றனர். பல சமூகப் பிரச்சனையின் காரணமாகவும், கிராமங்களில் வேலையில்லாததாலும்,வறுமையைச் சமாளிக்க முடியாமலும் இடம் பெயர்ந்த பாமர மக்கள், கட்டிடத் தொழிலில் கொத்தடிமைகளாக்கப்படுகின்றனர்.

இவர்களுக்கு போதிய பயிற்சி இன்மையின் காரணமாக நாட்டின் இயற்கை வளங்கள் முறையாகக் கையாளப்படப்படுவதில்லை .

மேலும் இவர்களால் ஏற்படும் விபத்துக்களால் உயிர்ச் சேதமும்,பொருட் சேதமும் இந்த நட்டின் ஸ்திரத்தன்மையை ஆட்டிப் பார்த்துக் கொண்டிருக்கிறது.இதை எல்லோரும் வேடிக்கைப் பார்த்துக் கொண்டிருக்கிறோம்.

தொழில் பாதுகாப்பும் இல்லை,தொழில் புரியும் இடத்திலும் பாதுகாப்பு இல்லை.பல நேரங்களில் விபத்துக்களும்,நிரந்தரமாக நோய்வாய்ப்படுவதும் வாழ்க்கைத் தரத்தை மிகவும் பாதிக்கிறது.

இவ்வாறு தனியார் கல்லூரிகளிலும்,பள்ளிகளிலும் குறைந்த ஊதியத்தில் பணிபுரிந்து வரும் ஆசிரியர்களும்,பேராசிரியர்களும் ஒருவகையில் அரசாங்கத்தால் சுரண்டப்படும் வர்க்கமே....!

இது போன்று அரசாங்க ஊழியர்கள் மட்டுமன்றி அதிகாரிகளும் ஒரு வகையில் சுரண்டப்படுகின்றனர்.வங்கிகள் முதலாளிகளால் கொள்ளையடிக்கப்படுகின்றது...

அரசியல்வாதிகள் உழைக்காமல் சம்பாதிக்கும் பணம்......பணவீக்கத்தையும் விலைவாசி ஏற்றத்தையும் நிரந்தரமாக்குகின்றது.....,

அரசாங்க ஊழியர்களும்,அதிகாரிகளும் தங்கள் பொருளாதாரத் தேவைகளைப் பூர்த்தி செய்து கொள்ள,அவர்களும் ஊழல்,கையூட்டு என்று களத்தில் இறங்கி விட்டனர்......

பொருளாதார ஏற்றத் தாழ்வுகள் பெருகிவிட்ட நிலையில், நாம் வளர்ந்து விட்டதாக விளம்பரபடுத்தப் படுகிறது.......பொருளாதாரப் புலிகளோ ....புள்ளி விவரங்களை அடுக்கிக் கொண்டே போகிறார்கள்.....வறுமையின் நீட்சி உருமாறி.... கொள்ளைகளும்....நாகரீக விபச்சாரங்களும் பெருகி வருகின்றன....

தொழில்நுட்ப வளர்ச்சி என்ற பெயரில் வள்ரும் நாடுகளில் உள்ள குடிமக்கள் கைபேசி அடிமையாகி.....நரம்புத் தளர்ச்சியால் அவதிப்பட ஆரம்பித்து விட்டனர்.

இதனால் பலவித வித்தியாசமான சமூகப் பிரச்சனைகளும் தலைதூக்க ஆரம்பித்து விட்டன....... தொழில்நுட்பத்தை நம் கட்டுக்குள் வைப்பதை மறந்து அதன் கட்டுப்பாட்டுக்குள் மூழ்கி விட்டோம்.

தொழில் நுட்ப மேலாண்மையை அறிவுறுத்துவற்கு இந்நாட்டில் யாருமே இல்லை. எதிர்காலத் தொழில்நுட்பத்தை நேர் கொள்வதை மறந்து அழியப்போகும் தொழில்நுட்பத்தின் அடிமைகளாக மாறி வருவது புல்லுருவிப் பொருளாதாரத்தை ஊக்குவிக்கும் செயல்......... களையப்பட வேண்டிய ஒன்று.

இதனால் நம் உழைப்பு அனைத்து மட்டங்களிலும் சுரண்டப்பட்டு நமக்கு நாமே எதிரிகளாக மாறுகிறோம்...... மறைமுகமாக நமது கைகள் நம் குரல்வளையை நெறிக்கிறது........இதற்கு மற்றவர்களைப் பொறுப்பாக்குகிறோம்.......

ஒரு வேலையச் சொல்லிவிட்டு அதைச் செய்த பின் ,பேரம் பேசி குறைந்த ஊதியம் கொடுத்து புல்லுருவிகளாகிறோம்...... புத்திசாலி என்ற பெயரில்.........?!

அடுத்தவன் உழைப்பைத் தனதாக்கிக் கொள்வதும் புல்லுருவித்தனமே.......

அடுக்கு மாடிக் கட்டிடம் கட்டும் முதலாளிக்கு,

ஒரு அரசு அலுவலகத்தில் வில்லங்கச் சான்று தாமதப்படுத்தினால் பாதிப்படைவது அந்த இடத்தில் கட்டிடம் கட்டப் போவோர்கள் அல்ல.... மாறாக அந்த கட்டிடத்தில் வேலை செய்யக் காத்திருக்கும் தொழிளாளிகள்தான்.....இப்படி பொறுப்பில்லாமல் வேலை செய்யும் அதிகாரிகளால் வேலை இல்லாத் திண்டாட்டம் செயற்கையாக உருவாக்கப்படுகின்றது.

இதனால் பண வீக்கமும் விலை எற்றமும் பெருகுகிறது...

அதிகாரிகளுக்கு கையூட்டு கொடுப்போர்கள் தங்கள் இலாபத்தில் ஒரு பகுதியைக் கொடுத்து விட்டால் அது பொருளாதாரத்தை அவ்வளவாகப் பாதிக்காது.....

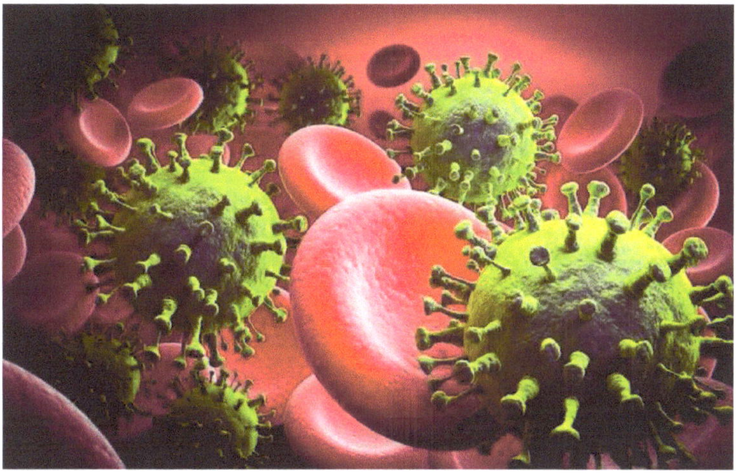

ஆனால் தான் உற்பத்தி செய்யும் விலையை பன்மடங்கு கூட்டி விட்டால் அது மக்களைப் பாதிக்கும் ...மேலும் வாழ்க்கைத்தரம் கீழே போக வழி வகுக்கும்.

ஒரு மனிதனின் வேலைக்கு எவ்வாறு சம்பளம் கணக்கிடப் படவேண்டும் என்பது முறைப்படுத்தப்படவில்லை. அதுபோல் ஒருபொருளுக்கு எவ்வாறு விலை நிர்ணயிக்கப் படவேண்டும் என்பதும் தெளிவுபடுத்தப்படவில்லை.

ஆக மூலதனத்திற்கும் பணத்திற்கும் வித்தியாசம் தெரியாததால் ....

வட்டிக்கும் கடனுக்கும் இடையே உள்ள விகிதம் வளர்ந்த நாடுகளை விட மிக அதிகமாகவே இருக்கிறது.

இது மேலும் பண வீக்கத்தைப் பெருக்குவதோடு புல்லுருவிப் பொருளதாரத்தையும் தண்ணீர் விட்டு வளர்க்கின்றது..

இந்த நாட்டில் வாழும் மக்கள் அரசியல்வாதிகளுக்குக் குறைந்தவர்கள் அல்லர்.......

அவர்கள் நடு வீதியில் எச்சில் துப்பலாம்..... பொது இடங்களில் மட்டுமன்றி மிகப் பெரிய பாலங்களில் ஏறி நினைத்த இடத்தில் ஆளில்லாத போது சிறுநீர் கழிக்கலாம்...

வீதிகளில் படுத்து உறங்கலாம்...ஆனால் இவர்களுக்கு நேர்த்தியான வேலையோ அல்லது பசிக்கு உணவோ கிடைப்பது மட்டும் கிடையாது. "ஒவ்வொரு முறையும் வளர்ச்சி என்பதற்குப் புதுமையான பெயரைச் சூட்டிவிட்டு சுரண்டலை நிரந்தரமாகச் செய்வது மாற்றம் அல்ல..........."

கம்யூனிஸமோ,சோசியலிசமோ,முதலாளித்துவமோ எதுவும் மக்களுக்கு எதிரானதல்ல........

முறைதவறிய செயல்களும் நேர்மையற்ற ஆட்சிகளுமே.....புல்லுரிவிகளாக வலம் வருகின்றன. இதற்கு அரசியல்வாதிகளும் அதிகாரிகளும் மட்டுமே பொறுப்பல்ல.......

மிகச் சாதாரண குடிமகனும் இதற்குப் பொறுப்பேற்க வேண்டும்...........!

மூலதனம்,உழைப்பு,நிலம்,தொழில்நுட்பம் இவைகளில் அடிப்படை அணுகுமுறை மாற வேண்டிய நேரம் இது.

அதில் மனிதமும், தர்மமும் கலந்திருக்க வேண்டும்........மாறும்....நிச்சயம் மாறியே தீரும்.

“அடுத்து முயன்றாலும் ஆகும்நாள் அன்றி

எடுத்த கருமங்கள் ஆகா - தொடுத்த

உருவத்தால் நீண்ட உயர்மரங்கள் எல்லாம்

பருவத்தால் அன்றிப் பழா” .

நாம் ஒன்றாகச் சிந்திக்க வேண்டிய தருணம் இது.......சிந்திப்போமாக......!

வாழ்க பாரதம்...! வளர்க பண்பாடு...!

மாற்றிச் சிந்திப்போம்! மாற்றத்தை மகிழ்விக்கச் சிந்திப்போம்! - சன்னா.இரத்னவேல்

"தேர்தல்-ஜனநாயகம் என்பது பல ஓநாய்களும் ஒரு ஆடும் இன்றைய இரவு விருந்து என்ன என்ற கேள்விக்கு நடத்துகின்ற ஒரு செயல் முறை" என்றார் ஜேம்ஸ் போவர்ட் என்ற அமெரிக்க சிந்தனையாளர்.

"சுதந்திரம் என்பது அடிமைகளை உருவாக்கும் முதலாளிகளுக்குத்தான் பயன்படுமே.... தவிர, அடிமைகளுக்கு அல்ல" என்று கவலைப்படுகிறார் ருஷ்யப் புரட்சியாளர் லெனின்.

"சர்வாதிகாரம்- ஜனநாயகம் என்ற பெயரில் நடக்கும்போது அது ஏழைகளுக்கும்,குழந்தைகளுக்கும்,வீடற்றோர்க்கும்

எந்த பயனும் அளிக்கப் போவதில்லை...."
என்கின்றார் மஹாத்மா காந்தி.....

இப்படித்தான் ஜனநாயகம் உலகளவில் இருக்கிறது....போதிலும் இந்தியா இன்றளவிலும் ஜனநாயகத்தின் துளிகளை ருசித்திருக்கிறோமா...? என்பதுதான் பல அறிஞர்களின் கேள்வியாக உள்ளது....

"ஏற்கனவே எடுக்கப்பட்ட முடிவிற்கு எல்லோருமாக உட்கார்ந்து கை தட்டுவதுதான் இன்றைய ஜனநாயகமாக இருக்கிறது.......". என்கிறார்கள் பல அரசியல் சிந்தனையாளர்கள்.

இதை யாரும் மறுக்க முடியாத நிலையில்தான் நாம் இருக்கிறோம்........

மேலைநாடுகளில் உள்ள வாக்காளர்களின் ஆற்றலையும் நமது பாரத தேசத்தின் வாக்காளர்களின் தகுதியையும் ஒப்பிட்டுப் பார்த்தால்

நம் பெரும்பாலான வாக்காளர்கள் அரசியல்வாதிகளை விட பொறுப்பற்றவர்களாகவும் அறியாமையின் உச்ச கட்டத்தில் இருப்பதாகவே தோன்றுகின்றது.

ஒரு தேர்தலில் வாக்களித்துத் தேர்ந்தெடுத்த அரசியல்வாதிகளின் நடவடிக்கைகளையும், திறமைகளையும் பகுத்து ஆராயும் திறனற்றவர்களாகவே நம் வாக்காளர்கள் இருப்பதால், நேர்மையும்,நற்பண்புகளும்,படிப்பறிவும் உள்ளவர்கள் வேட்பாளர்களாக தேர்தலில் போட்டியிட தயங்கும் நிலையை உண்டாக்கி இருக்கிறோம்..

இதனால் ஜனநாயகத்தின் பலன் முழுவதும் மக்கள் பெறமுடியாத சூழ்நிலையில் இன்று தள்ளப்பட்டுள்ளனர்.

ஆங்கிலேயர்கள் அகன்று அறுபது ஆண்டுகள் சென்ற பின்னரும் தகுதி படைத்தோர் தேர்தல் களம் காண வழிகள் ஏற்படுத்தப்படவில்லை என்பது சற்றுத் தீவிரமாக யோசிக்க வேண்டிய விசயமாக உள்ளது.....

பெரும்பாலான ஊடகங்களும் அதற்கான முன்னெடுத்தலைச் செய்யாமல் இருப்பது மிக்க கவலை தரும் நிலையாகும்...

சாதாரணக் குடிமகன் ஒரு நாட்டின் தலை விதியை நிர்ணயிக்கும் உரிமையைப் பெற்றுள்ள நிலையில்.....அவனைத் தகுதியான வாக்காளனாக மாற்றுவது அரசியல் தலைவர்களின் தலையாய கடமையாகும். மாறாக.., தலைவர்கள் வாக்காளர்களை சிந்தனைத் திறனற்றவர்களாகவே மாற்றியுள்ளனர்.....!

அறிவாளிகளும்,திறமையானவர்களும்,சிந்தனையாளர்களும் ,உண்மையான தேச பக்தி மற்றும் ஆன்மிக நோக்கம் உள்ளவர்கள் கருத்துக்களையோ...சிந்தனைகளையோ எடுத்துக் கூறுவதற்க்கு வாய்ப்புகள் மிகக் குறைவாகவே உள்ளது....

இந்த பரந்த பாரத தேசத்தில் ஒரு குறிப்பிட்ட நான்கு மிகப் பெரிய நகரங்களில் வாழும் ஒரு சிலர் மட்டுமே அரசியல் ...பொருளாதாரம்..மற்றும் சமூகப் பிரச்சனைகள் பற்றியும் கருத்துக்களை உரைப்பதற்கு ஊடகங்களில் வாய்ப்புகள் அளிக்கப் படுவதால்.....அவர்கள் சிந்தனைகள் மட்டுமே மக்கள் மத்தியில் விதைக்கப்படுவதால்...

சாதாரண மக்கள் உண்மை நிலையினைப் புரிந்து கொள்ள வாய்ப்புகள் மறுக்கப்படுகின்றது.

இதையே ஊடகங்களும் திரும்பத் திரும்பச் செய்து மக்களை மூளைச் சலவை செய்வதாகவே தோன்றுகின்றது.

செய்திகளைச் சொல்வதைவிட, செய்திகளைப் பரப்புவதில்தான் மிக்க அக்கறை காட்டுகின்றன.

அந்தச் செய்திகளின் நம்பகத் தன்மையும் தற்போது கேள்விக்குறியாகி வருகின்றன.

பெரும்பாலான ஊடக அறிவிப்பாளர்கள் மொழியறிவற்றவர்களாகவும், சுய சிந்தனை இல்லாமல் யாரோ ஒரு குறிப்பிட்டர்வர்களின் பிரதிநிதியாக வலம் வருவது கண்கூடாகத் தெரிகின்றது.

இது மக்களின் தரத்தையோ அல்லது வாக்களர்களின் தரத்தையோ மெருகேற்றுவதற்குப் பயன்படுவதில்லை.

மாறுபட்ட கருத்துக்களை ஒருங்கிணைத்து நடுநிலையான முடிவை நோக்கி மக்களை நகர்த்துவதுதான் ஒரு சிறந்த ஊடகமாக இருக்கமுடியும்.

இந்த முயற்சியில் ஒரு சில ஊடகங்கள் ஈடுபட்டிருந்தாலும் இன்னும் அவர்கள் இலக்கை அடைய முடியாமல் தவிக்கின்றார்கள் என்பதுதான் உண்மையாக உள்ளது....ஊடகங்களிலும்

பத்திரிக்கைகளிலும் பணிபுரியும் திறமை வாய்ந்தஇதழியலாளர்கள் கைகள் கட்டப்பட்டுள்ளது என்பதுதான் இன்றைய நிலை....

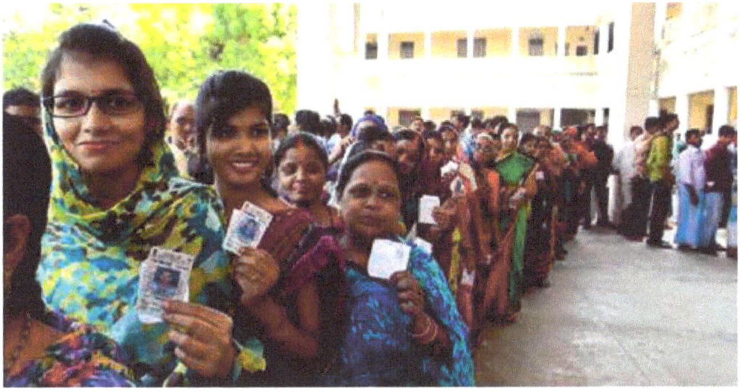

அதே போல் வாக்காளர்கள் தங்கள் கடமையை மறந்து கவர்ச்சியில் உழன்று, வாக்குகளுக்கு பணம் பேரம் பேசுவதிலும் கவனம் செலுத்துகின்றார்கள் என்பது மிக்க கவலையளிக்கும் விசயமாகும்.

அரசியல்வாதிகளையும்,அதிகாரிகளையும் மிகத் தரக் குறைவாக விமர்சிக்கப் பழகிவிட்ட ஊடகங்களும் பத்திரிக்கைகளும்....

தரமற்ற வாக்காளர்களை விமர்சிக்க அல்லது அடையாளம் காட்ட மறந்து விடுகின்றனர்.

சில அரசியல்வாதிகளும் இந்த பணப்பட்டுவாடாவை ஆதரித்துப் பேசுகிறார்கள்,

"எதிர் கட்சிகள் பணம் கொடுத்தால் வாங்கிக்கொள்ளுங்கள் ஆனால் வாக்களிப்பது எங்கள் சின்னத்தில் ஆகட்டும்"

என்று மக்களைச் சிறுமைப் படுத்துவது ஜனநாயகத்தைக் கேலி செய்வதற்குச் சமமாகும்.

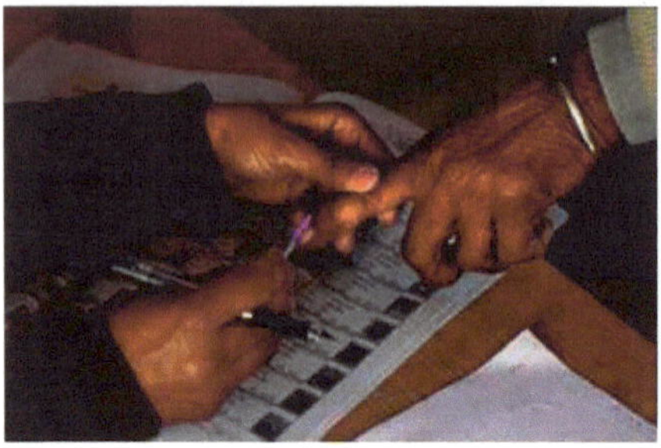

முந்தைய தேர்தல் காலத்தில் குண்டர்களையும், அடியாட்களையும் பயன் படுத்தி கள்ள வாக்குகளைப் போட்ட அரசியல்வாதிகள் தற்போது, தேர்தல் வருவதற்கு முன்னமே வாக்களர்களை நூதனமாக விலைக்கு வாங்கும் நாடகம் அரங்கேற்றி வருவது தேச பக்தர்களையும் நேர்மையாளர்களையும் கவலையடைய வைத்துள்ளது.

மக்களின் தேர்தல் அறியாமையைக் கவலையோடு குறிப்பிடுகிறார் ஆபிரகாம் லிங்கன்....“தேர்தல் மக்களுக்குச் சொந்தமானதுதான்.

ஆனால் அது தீயைப் போன்றது .ஒவ்வொருமுறை வாக்களிக்கும் போதும் அவர்கள் தாங்கள் முதுகையும் தொடைகளையும் அந்த தீயினால் சுட்டுக் கொள்கிறார்கள்.

பிறகு அதனால் ஏற்பட்ட கொப்புளங்களால் உட்காரமுடியாமல் தவிக்கிறார்கள்...." என்று.......

"ஒரு அறையில் அமைதியாக மக்களுக்கு எதிராக சதி நடக்கும்.... அதற்குப் பெயர்தான் ஒருமனதாக தீர்மானம் நிறைவேற்றப்பட்டது என்பார்கள்.

அங்கு ஒரு உண்மை பேசப்பட்டாலும் அது துப்பாக்கி வெடியாக மாறிவிடும்.....இப்படித்தான் மக்களாட்சி பெரும்பாலும் நடக்கின்றது..." என்கின்றார் செஜ்லாஜ் மிலோச் என்ற அரசியல் எழுத்தாளர்....இவர் சைத்தேன்யா என்ற நாட்டைச் சேர்ந்தவர்.

ஒரு ஜனநாயகத்தில் நல்லவைகளும் கெட்டவைகளும் மாறி மாறி வருவது இயற்கைதான்.....

ஆனால் அந்த தீயவை பாடமாக உணரப்பட்டு, அதுமக்களால் விவாதிக்கப்பட்டால்தான் ஜனநாயகம் தழைக்கும்.....

அதற்கு மாறாக மக்கள் அதை மன்னிக்கத் துவங்கிவிட்டால் அல்லது மறக்கத் துணிந்து விட்டால்.. அல்லது அது என்னவென்றே தெரியாமல் விட்டுவிட்டால்........அது ஜனநாயகத்தின் ஆணி வேரைஅசைத்து விடும்...

சுதந்திரம் என்ற காரணியால் ஒரு ஆட்சி நடத்தப்படுகின்றது...அந்த ஆட்சி வெறும் வாக்குகளின் எண்ணிக்கையில் நிர்ணயிக்கப்படுவது.

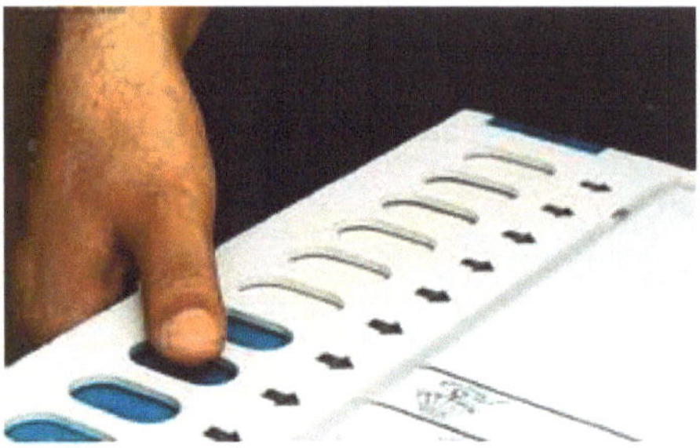

அதனால் மட்டுமே அதற்குத் தகுதி இருக்கின்றது என்று அர்த்தமாகிவிடாது....

அந்த ஆட்சி நீதியையும், தர்மத்தையும் காப்பாற்றும் போதுதான் மக்கள் சமமாக நடத்தப்படுகிறார்கள் என்ற பெருமையடையும்......

அப்போதுதான் அந்த ஆட்சி தகுதியடைகின்றது.... .

வெற்றி பெற்ற மக்கள் பிரதிநிதிகள் தங்கள் அதிகாரத்தைத் தனிமனிதனிடம் ஒப்படைக்கும் சூழ்நிலையில் ஜனநாயகமும் குழிதோண்டிப் புதைக்கப்பட்டு விடுகின்றது.

இது இன்றைய சூழலில் தகுதி உள்ள வாக்காளர்களின் எண்ணிக்கை குறைந்துள்ளதை நிரூபிக்கின்றது....

ஒருபுறம் தரமற்ற வாக்காளர்களின் எண்ணிக்கை கூடுகின்றது.....

"தேர்தல் ஒன்று மட்டுமே ஜனநாயகத்தை காப்பாற்றி விடாது.." என்று எச்சரிக்கிறார் சே குவாரா. "முட்டாள்களுக்கு வாக்களிக்கும் உரிமை கொடுப்பது ஜனநாயகம்......அதேபோல் ஆட்சி உரிமையை முட்டாள்கள் பெற்றிருந்தால் அது சர்வாதிகாரம்".....என்று நமது தலையை உடைக்கிறார் அறிஞர் பெர்ட்ராண்ட் ரஸல்.........

எல்லோரும் சமம் என்றால் அனைத்து வாக்காளர்களும் சிந்திப்பதில் சமமாகத் தேர்ச்சி பெற்றிருக்க வேண்டும்......

"சமத்துவம் போற்ற மறுப்பவர்களையும் அநீதியை அகற்ற மறுப்பவர்களையும் ஆட்சியாளர்களாக அங்கீகாரம் அளித்த வாக்காளர்கள் அடிமைகளுக்குச் சமம்..." என்கின்றார் தத்துவ மேதை அரிஸ்டாட்டில்........

மக்களாட்சியை மாசு படியாமல் காப்பாற்றும் பொறுப்பு யார் கையில் உள்ளது...? அதை யார் செய்வது....?

சட்டசபை அல்லது பாராளுமன்றம், பொது நிர்வாகம்,நீதிமன்றங்கள்,ஊடகங்கள் (பத்திரிக்கைகள்), இவர்கள் ஒருவருக்கொருவர் துணை நின்று

காப்பாற்ற வேண்டிய ஜனநாயகம்.... இவர்கள் ஜனநாயகத்தின் தேவதைகள் என்றும் போற்றப் படுகிறவர்கள் ....

மாறாக,இவர்களால் போட்டி போட்டு சீர்குலைக்கப்பட்டால்....இந்த வேதனையை மக்கள்தான் அனுபவித்தாக வேண்டும்......

ஆனால் வேதனையை உணராத சமூகமாக மாறி வருவதால்...இங்கு நமது இளைய பாரதம் மிகப் பெரிய சிக்கலில் தவிக்கின்றது...

அதையும் உணராமல்..மீண்டும் அடுத்தடுத்து தேர்தலுக்குத் தயாராகி வருகிறோம்...நமது வாக்குகளுக்கு விலை நிர்ணயிக்கப்பட்டு வருகிறது.

பல பேர் முன்பணம் பெற்று வருவது ஊடகங்களால் திசை திருப்பப்பட்டு மக்கள் கண்ணை மறைத்து வருகின்றனர்.....இது ஜனநாயகத்தின் அழிவு அல்லவா...?

மக்களட்சியில் ஒரு தனி மனிதனின் வாக்கு வீணாகி விடக் கூடாது..... என்கிறார் அரிஸ்டாட்டில்.......அப்படியென்றால் என்னால் வாக்களிக்கப்பட்டவர் தேர்ந்தெடுக்கப்படவேண்டும். ஆனால் அவர் கணிசமாக வாக்குகள் பெறவில்லையென்று நிராகரிக்கப்பட்டு விடுகிறார்.....

ஆதலால் எனக்கு பிரதிநிதித்துவம் இல்லாமல் போகும் சூழ்நிலை ஏற்படுகின்றது....

நான் வாக்களிக்காத ஒருவரை எனது பிரதிநிதியாக ஏற்றுக் கொள்ளும் கட்டாயத்திற்குத் தள்ளப்படுகிறேன்.....எந்தக் கொள்கைகளுக்காக வாக்களித்தேனோ...

அதை விடுத்து மாற்றுக் கொள்கை உள்ளவரை பிரதிநிதியாக ஏற்றுக் கொள்வது ஜனநாயகமா...?

சற்று நுட்பமாக சிந்திக்க வேண்டிய கருத்து இது....

இந்த முறையில் நிராகரிக்கப்பட்டவரும், அவருக்கு வாக்குகள் அளித்தவர்களும் காலம் காலமாக தனிப் பெரும்பான்மை பெற்றவர்களின் அடிமைகளாக ,மக்கள் நலத்திட்டங்களில் பங்கேற்க முடியாமல் போகும் சூழ்நிலை தொடர்கின்றது......

பல கட்சித் தேர்தல் முறையில்,வெறும் முப்பது சதவீதம் பெற்ற வேட்பாளர் எழுபது சதம் மக்களை புறக்கணிப்பது மட்டுமல்ல தனக்கு வாக்களித்தவர்களையும் ஏமாற்றும் பிரதிநிதிகளை ஏற்றுக் கொண்டு ஜனநாயகம் என்ற பெயரில் நம்மை அடிமைபடுத்திக் கொள்வது எந்த வகையில் நியாயமாகக் கருதப்படும்.!?

.....கைப் புண்ணுக்கு கண்ணாடி தேவையா? என்ற வினாவை எழுப்புகின்றது.....

இருந்தபோதிலும்.....பொதுக் கருத்து, ஜனநாயகத்தை பின்பற்றுவது......

ஒவ்வொருகுடிமகனின் உரிமையையும் அந்தஸ்த்தையும் அரசியல் சட்டத்திற்குட்பட்டு பேணுவது.....

சட்டத்திற்கு முன்னால் எல்லோரையும் சமமாக நடத்துவது போன்ற குறைந்தபட்ச முனைப்பாடுகள்.....இன்றளவில் உறுதி செய்யப்பட்டால் ......இதுவே ஜனநாயகம் உயிர் வாழப் போதுமான பிராணவாயுவாகும்.

தனியொரு மனிதன் திருந்தாவிடில் ஜனநாயகம் விரைவில் அழிந்து போகும்.....!?

“நல்லாண்மை என்பது ஒருவற்கு தான்பிறந்த இல்லாண்மை ஆக்கிக் கொளல்.”

ஒருவனுக்கு நல்ல ஆண்மை என்பது தான் பிறந்த குடியை ஆளும் தன்மையை தனதாக்கிக் கொள்வதாகும் என்கிறார் வள்ளுவர்....

ஒரு தனி மனிதன் தன்னை பிரதிநிதியாக்கி மக்கள் மன்றத்திலே முறையிட்டு நீதி பெற வழி உண்டென்றால் அங்கு ஜனநாயகம் வாழும்......என்கின்றார் அரிஸ்டாட்டில்

நம்குடி காக்கும் கடமை நம்மிடம் தான் உள்ளது.

‘ ஞானம் உண்மையை உற்று அறிந்து கொள்வதில் ஜனநாயகமாக இருக்கிறது.ஒரு ஞானி கல்விச் செறுக்குடையவன் அல்லன்.அவன் பொது மக்களுக்கு புரியும்படி தன் எண்ணங்களை எளிமையாகச் சொல்லுவான். அவன் நாட்டோடும் சமூகத்தோடும் தன்னை அடையாளம் காணுகிறான்’.- தமிழறிஞர் தொ.பொ.மீனாட்சிசுந்தரம் பிள்ளை

வாழ்க பாரதம்......!   வளர்க பண்பாடு...!

மாற்றிச் சிந்திப்போம்! மாற்றத்தை மகிழ்விக்கச் சிந்திப்போம்! -சன்னா.இரத்னவேல்

"எனது பாட்டினிலே குற்றம் சொன்னவன் எவன்..?" என்று சொன்ன சிவன்,

நக்கீரனை அறிவு பூர்வமாக வாதிடச் செய்து அவர் சொன்ன கருத்துக்களை ஏற்று வாழ்த்திச் சென்றதாக புராணம் கூறுகின்றது.

ஆனால் நமது தேசம், குழு விவாதத் திறனாய்வில் பின் தங்கி உள்ளது மிகவும் ஜீரணிக்க முடியாத விசயமே...

பெரிய நிறுவனங்கள் கூட போலியான குழு உரையாடலை நடத்தி பெரிய முடிவுகளை எடுத்து வருவதாகக் கூறுவது பரிசீலனை செய்ய வேண்டிய விசயமாகும்.....

அப்படிக் கூறும் நிறுவனங்களும் காணாமல் போய்க் கொண்டிருக்கின்றன என்பது நிதர்சனமே...

பைத்தியகாரத்தனம் என்பது மனிதனின் விதிவிலக்கு.....

ஆனால் அது குழுக்களின் விவாதங்களில் “விதி” யாகப் பின்பற்றப்படுகின்றது.....என்றார் நேட்ச்செ என்ற உளவியளாளர்....

குழுக்களின் விவாதங்கள் நல்ல பல முடிவுகளை எடுப்பதற்காக என்று நம்பப்படுகின்றது.

அந்த விவாதங்களின் இறுதியில் கருத்தொற்றுமை ஏற்பட்டதாகவும் சொல்லப்படுகின்றது.......

ஆனால் அவைகள் பெரும்பாலும் அவசரத்தில் எடுக்கப்பட்ட முடிவாகவும்,பகுத்தறிவிற்குப் பொருந்தாதவையாகவும்,பல நடைமுறைச் சிக்கல் உள்ளதாகவும் மாறிவிடுகிறது.......

ஏனென்றால் அது ‘பல பேர் சேர்ந்து எடுத்த முடிவு....’ என்ன செய்வது? என்ற மனப்பாங்கு

மேலோங்குவதால், தவறு என்று தெரிந்தும் தவறுகள் தொடர்கதையாகின்றன.....

குழுசார்ந்த விவாதங்களில்...பொதுவாக தார்மீகக் காரணிகள்,நிதர்சன உண்மைகள் மற்றும் வளமான அனுபவ அறிவுகள் புறக்கணிக்கப்படுகின்றன....

ஒருமுறை மண்டேலா அவர்கள் "சத்தம் போட்டுப் பேசாதே...உன் விவாதத்தில் உண்மையையும் நம்பிக்கையையும் கலந்து பேசு-இங்கு எதைப் பற்றி விவாதம் நடைபெறுகின்றது என்று உனக்குப் புரிந்தால் மட்டும் பேசு.......!?" என்றார்

புத்தர் சொன்னார், "எதையும் ஒத்துக் கொள்ளாதே...உனது பகுத்தறிவும் தகுந்த காரணங்களும் ஒன்றிப் போகவில்லையென்றால்".....இது சிந்தனைக்கும் விவாதத்திற்கும் பொருள் தெரிந்தவனுக்கு மட்டுமே பொருந்தும்......

விவாதங்களில் பங்கு பெறுவோர்கள், தன் கருத்துக்களுக்குச் சாதகமான மேற்கோள்களையும், தகுந்த காரணமின்றி தான் நம்பும் தத்துவங்களையும் தேடிக் கண்டுபிடித்து,

தனது தர்க்கத்தை நிலை நிறுத்துவதை வாடிக்கையாகவே வைத்திருப்பார்கள்....

அவர்கள் கீழ் நோக்கி ஒருபுறம் சாய்ந்து பேசுபவர்கள்.....

இவர்கள் கூறும் கருத்துக்களுக்கு எதிரான அடிப்படை உண்மைகளை கண்மூடித் தனமாக மறுப்பது மட்டுமன்றி அந்த கருத்துக்கள் வந்த திசையினை பொய்யாக்கும் நோக்கம் கொண்டவர்களாகவும் இருப்பார்கள்.......

சிலர் குழுவின் கட்டுக்கோப்புக் கருதி மாற்றுக் கருத்துக்களையும், வாதங்களை முடக்கிக் கொள்வது, மேலே குறிப்பிட்டவர்களுக்குச் சாதகமாகவும் இருப்பதால், தகுதியான மாற்றுக் கருத்துக்கள் வலுவிழந்து விடுகின்றது.....

இப்படி அடக்கிவாசிக்கும் அறிவு ஜீவிகளை குழுக்கள் கண்டு கொள்ளாமலே இருந்துவிடுகின்றன......

இந்த மாதிரியான நடுநிலை தவறிய விவாதங்களை பெரும்பாலான குழுக்கள் கையாள்வதால்

....செயல்முறையில் பல முட்டுக்கட்டைகள் தோன்றும்போது, அவைகள் களையப்பட முடியாமல் திணறுகின்றன....

இதையே அரசியல் கட்சிகளும்,தொழில் நிறுவனங்கள், மக்கள் நலக் குழுக்களும்,மத்திய, மாநில அரசுகளும் மற்றும் ஏனைய அமைப்புக்களும் விதி விலக்கில்லாமல் இயற்கையாகக் கடைப்பிடிக்கின்றார்கள்.....

இதன் விளைவால்.......எல்லா மட்டங்களிலும் உற்பத்தித் தொய்வுகளும், எதிர்பாராத பொருள் இழப்புகளும்,மனித வளச் சீர்கேடுகளும் ஏற்படுவதுமட்டுமன்றி மூலதனமும்,இயற்கை வளமும் சுரண்டப்படுகின்றன அல்லது வீணாக்கப்படுகின்றன.......

தாங்கள் எடுத்த முடிவுகள், தவறு என்று ஒத்துக் கொள்ளத் தயங்குகின்றன......முடிவுகளை மறுபரிசீலனை செய்வதை மறந்தும் விடுகின்றன.....

கொள்கைகளை அறிந்த, அனுபவப்பட்ட அறிஞர்களை புறக்கணிக்கும் பண்புள்ளதாகவே குழுக்களின் விவாதங்கள் அமைகின்றன.

விவாதங்களில் பேசுபவர்கள் பெரும்பாலும் தன் அறியாமையை வெளிப்படுத்திக் கொள்ளாமல் தனது அங்கத்தினர் பதவியின் உரிமையை வைத்து உண்மைகளைப் புறந்தள்ளுவதிலேயே கவனமாக இருப்பார்கள்.

அதைக் கையாளும் விவாதக் குழுவின் நெறியாளர்கள்,தலைவர்கள் மற்றும் பொறுப்பாளர்கள் குழம்புவதிலும்,குழப்புவதிலும் கவனமாகவே இருப்பார்கள்.....

அறிவியல் வழிமுறைகளை அறியாமல் விவாதிக்கும் குழுக்கள் "ஒத்தையா அல்லது ரெட்டையா..?" என்ற பாணியில்தான் கொள்கைகளை முன் வைப்பார்கள்....

பிறகு ஏதாவது ஒரு கருத்தை ஒருமித்தக் கருத்தாகக் கைதட்டல்களுடன் அறிவிப்பார்கள் ....

இதன் விளைவும் பலனும் என்றும் புதிராகவே தொடரும்....

செயல்முறைத் திட்டங்கள் குழப்பப்படும்...எதிர் பாராத செலவீனங்கள் வரும் போது யாராவது ஒருவரைப் பலிகடாவாக ஆக்கிக் கொள்வார்கள்.சாதக பாதகங்களை அறிவியல் ரீதியாகவும்,அனுபவபூர்வமாகவும்,தகுதிபடைத்தவர்களின் ஆலோசனைகள் மூலமாகவும் ஆராய்வற்கு நேரம் கொடுக்கப்படுவதும் இல்லை, அதற்கு முயற்சிகள் எடுத்துக் கொள்வதும் இல்லை...... தெரியாத விசயங்களை மனப்பூர்வமாகத் தெரியாது என்று சொல்லும் பழக்கமற்றவர்கள் குழுக்களின் நாயகர்களாக இருப்பார்கள்...

விசயம் தெரிந்தவர்கள் எடுத்துக்காட்டுகளுடன் ஆணித்தரமாகச் சொல்வதை சர்வாதிகாரம் என்றும் வர்ணிப்பார்கள்.......இதுதான் குழு விவாதங்களின் போக்காக இருக்கும்....

இதற்கு அறிவியல் ரீதியாக பல காரணங்கள் அடுக்கப்படுகின்றன...போதிலும் முக்கிய காரணிகளாக சொல்லப்படுவது இதுதான்....

குழு அங்கத்தினர்கள்... அமைப்பு அறிவியல் ஞானம் இல்லாமல் இருப்பது, அதேபோல் குழு கட்டமைப்புக் கொள்கைகளைப் புரிந்து செயல்படாமல் இருப்பது,

சார்பு நிலையுடன் குழுக்கள் இயங்குவது. மற்றும் எதையும் உணர்ச்சி பூர்வமாக அணுகுவது போன்றவையாகும்......

இதன் அறிகுறிகள் வெளிப்படையாகவே குழுகளில் காணப்படுகின்றன.....அவைகள் பழமை வாதம்,குறுகிய மனநிலை, தனது நம்பிக்கைகளின் அதீத மதிப்பீடு, என்கின்றார் யேல் பல்கலைக்கழக உளவியல் பேராசிரியர் இர்விங் ஜானிஸ்.

இதனால் விளைவுகள்,. குழுக்களுக்குச் சாதகமாகவோ எதிர் பார்த்த பலனையோ கொடுப்பதில்லை......

மேலும் வெற்றிகள் தற்செயலானதாகவே அமைகின்றன....அதை குழுக்கள் பெருமையாகப் பீற்றிக் கொள்கின்றன....ஆக தோல்வியில் பாடம் கற்றுக் கொள்ள மறுப்பதால்...

பல சமயம் தோல்விகளைத் தான் சொன்ன வெற்றிகளாக விளம்பரப்படுத்தித் தங்கள் அறியாமையை குழி தோண்டிப் புதைக்கின்றன.

அவையே குழு மரபாகவும் ஜனநாயகமாகவும் பின்பற்றப்படுகின்றன.......

குழு விவாதங்களில் பலன் இல்லாத சூழ்நிலைகளே பெரிதும் உருவாகி உள்ளது.....

இத்தகைய சூழ்நிலையில்தான் மக்கள் சர்வாதிகாரமே சிறந்தது என்று பேசுவார்கள்...

ஜனநாயகத்தின் மீதும் குழு விவாததின் மீதும் மக்கள் நம்பிக்கைகள் இழந்து வருகின்றனர்.....

அறிவுத்திறன்,ஒருங்கிணைந்த சிந்தனை,சந்தேகங்களுக்கு முறையாக பதில் கொடுப்பது போன்றவைகளில் மாயத் தோற்றம்

கொண்டவையாகக் காட்சியளிப்பது இன்றைய குழுக்களின் நிலையாகும்.

மேலும் ஆதார அறிவில்லாமல் சுயம்புவாகக் கருத்துக்களைக் கற்பனை செய்து வடிவம் கொடுப்பதும் அந்த கருத்தைச் செயற்கையாகத் திணிப்பதும் மிக வெளிப்படையாகக் கொண்டுள்ளன.

இந்தப் போக்கு குழுக்களின் சிந்திக்கும் திறன் மேல் மிகப் பெரியக் கேள்வியும், சந்தேகங்களையும் ஏற்படுத்துகின்றன.

குழுக்களில் அங்கம் வகிப்பவர்கள் தங்களை விவாதங்களுக்குத் தயார்படுத்திக் கொள்வதைத் தவிர்த்து விடுகிறார்கள்.

தாந்தோன்றித்தனமாக விவாதங்களில் பங்கெடுக்கின்றார்கள், அல்லது யார் மீது சார்பு நிலை உள்ளதோ அவர்களை காரிய காரணமின்றி ஆமோதிக்கின்றார்கள்,

அல்லது குழுத்தலைவர்களின் கருத்துக்களைப் பதவிக்காக ஆமோதிக்கிறார்கள்...

இதனால் ஜனநாயக மரபு திறன் குன்றி வலுவிழந்து போய்விடுகின்றது......

இருந்தபோதிலும் அறிவியல் நுட்பங்களைக் கையாளும் குழுக்கள் மிக வெற்றிகரமாகவே நடை போடுகின்றன...

இந்தப் பண்புகள் ஜப்பான் போன்ற வளர்ந்த நாடுகளில் பெரும்பாலும் காணப்படுகின்றன.....

அந்தக் குழுக்களில் உள்ள நெறியாளர்கள் அல்லது தலைவர்கள் அறிவியல் ரீதியாகக் கொள்கைகளைக் கையாள்வது மட்டுமன்றி,சந்தேகங்களுக்கும், முரணான கருத்துக்களுக்கும் முன்னுரிமை தருகின்றார்கள்....

பின்னர் அவைகளை அனுபவமுள்ளவர்கள் துணையோடு அலசி ஆராய்கிறார்கள்....

எதிர் விளைவுகளின் அளவுகளைக் கண்டறிகிறார்கள்,

சார்புகளையும் முரண்களையும் ஒன்றாகப் பின்னிப் பிணைந்த வலையாக்கி ஒருமித்தக் கருத்துக்களைத் தோற்றுவிக்கிறார்கள்...

ஒவ்வொரு கொள்கை முடிவிற்கும், ஒன்றிற்கு மேற்பட்ட தீர்வுகளைக் கணித்து, ஒரு மாற்று சிந்தனை முடிவையும் தேர்ந்தெடுத்து நடைமுறைச் சிக்கல்களைத் தவிர்க்கிறார்கள்....

இந்த வெற்றிக்குக் காரணம் குழுவில் உள்ளவர்களும் குழுத் தலைவரும் விமர்சனங்களுக்கு முன்னுரிமை வழங்குவதாகும்....

குறுகிய மனதோடு கொள்கைகளின் ஆழத்தை அணுகாமல், யார் சொல்கிறார்கள் என்பதைத் தவிர்த்து, என்ன சொல்கிறார்கள் என்பதற்கு முக்கியத்துவம் அளிக்கப் படுவதால் விவாதங்கள் சரியான பாதையில் கொண்டு செல்லப் படுகின்றது.....

மேலும் பாரபட்சம் பாராத மன நிலை பலப் புதுமையான கருத்துக்களை ஊக்குவிக்கின்றன......ஒவ்வொரு விசயமும் நுட்பமாக,ஆரோக்கியமான புரிதலோடு தீர்வை நோக்கி நகர்கின்றன....

இறுதியில் குழுக்களின் ஒருங்கிணைந்த சிந்தனை வெற்றியடைகின்றது.....
நெறியாளர்களும்,தலைவர்களும் அறிவுத் திறன் கொண்டவர்களாகவும், உளவியலில் தேர்ச்சி உள்ளவர்களாகவும் இருப்பதாலும் அங்கத்தினர்கள் சிந்தனைத் திறனும், பொறுப்புணர்ச்சியும் உள்ளவராக இருப்பதாலும் தீர்வுகள் தெளிவாக எடுக்கப்படுகின்றன.

ஆகவே அந்தத் தீர்வுகள் நடைமுறைக்கு ஏற்றதாக இருப்பதோடு, சாதகங்கள் நிறைந்தும் பாதகங்கள் குறைந்தும் காணப்படுகின்றன........

தவறுகள் நேரும்பட்சத்தில்,அதை அமைப்புவியல் விஞ்ஞானத்தின் அடிப்படையில் ஆராய்கிறார்கள்.......

அதற்குப் பொறுப்புகளை ஏற்றுத் தவறுகளைத் திருத்திக் கொள்கிறார்கள்.... அவர்கள் எப்போதும் தங்களை எல்லாம் தெரிந்த அறிவாளிகளாகப் பாவனை செய்து கொள்வதில்லை.......

அறியாத விசயங்களில் தானேமுன் வந்து விவாதங்களில் இருந்து விலக்கிக் கொள்கிறார்கள் அல்லது விற்பன்னர்களின் கூற்றை உன்னிப்பாகக் கவனிக்கிறார்கள்...

இதுவே சிந்தனை விஞ்ஞானத்தின் ஒளிக் கீற்றாகும்....

பொருள், கருவி,காலம்,வினை,இடனொடு ஐந்தும் இருள்தீர எண்ணிச் செயல்-திருவள்ளுவர்

வாழ்க பாரதம்................! வளர்க பண்பாடு.........!

மாற்றிச் சிந்திப்போம்! மாற்றத்தை மகிழ்விக்கச் சிந்திப்போம்! - சன்னா.இரத்னவேல்

"ஓவ்வொரு துப்பாக்கியும்......, ஒவ்வொரு போர்க் கப்பலும்......,ஒவ்வொரு ஏவுகணையும், உழைக்கும் மக்களின் வியர்வைத் துளிகளிடம் இருந்து திருடப்பட்டது".என்றார் அமெரிக்காவின் முந்தைய ஜனதிபதி டிவிக்ட்.டி.ஐசென்கோவர்....

.அந்த திருட்டுக்களின் விளைவுதான் வறுமை.....என்றும் கூறுகிறார்.....

"ஆடம்பரங்களின் விளைவு மட்டும் வறுமையல்ல .... அது வக்கிரபுத்தியின் விளைவும்கூட........என்கின்றார் ஃபிரன்சு நாட்டின் பெண் சிந்தனையாளர் கோகோ சன்னல்.

"வறுமையென்பது புரட்சியைப் பெற்றெடுக்கும் தாயாகவும் இருக்கும் அதேபோல் குற்றங்ககளைப் பெற்றெடுக்கும் தந்தையாகவும் மாறும்......" என்கிறார் அரிஸ்ட்டாட்டில்.

மஹாத்மா காந்தியடிகள் சொல்வது சிந்தனையை மிகவும் தூண்டுவது மட்டுமல்ல.....இது பொருளாதார வல்லுனர்களின் ஆராய்ச்சிக்கு ஒரு சவாலும் ஆகும்......அவர் என்ன சொல்கிறார் ...."உழைக்காமல் உண்ணும் உணவும் திருடப்பட்டதே......"என்கிறார்.

இது உணவுக்கு மட்டுமல்ல ஒவ்வொரு பொருள்களை நுகரும்போதும் அதற்காக நாம் எந்த வகையில் நம் உழைப்பின் பங்கைச் செய்திருக்கிறோம் என்று ஒவ்வொரு மனிதனும் தீர்மானிக்க வேண்டும்.....

ஆக ஒவ்வொரு மனிதனும் எந்த வகையிலும் உழைக்காமல் நுகருவது ஏதாவது ஒருவகையில் அடுத்தவன் பங்கைத் திருடுவதாகும்....என்பதுதான் மஹாத்மாவின் பொருளாதாரத் தத்துவம்......

ஒரு மனிதன் செவ்வனே சமூகக் கடன் ஆற்றினால் மட்டும் போதாது....தான் எவ்வளவு

எடுத்துக் கொள்ள முடியும் ...தான் நுகரும் தன்மை நமது உழைப்பின் மூலமே வந்தது என்ற தன்னம்பிக்கையும் பெற வேண்டும்....அத்தகைய விழிப்புணர்வு சமூகத்தில் தோன்ற வேண்டும் என்றுதான் மஹாத்மா அவர்கள் அப்படிக் கூறியிருக்க முடியும்.இது போன்ற விழிப்புணர்வுகள் படித்தவர்கள், அறிஞர்கள், அரசியல்வாதிகள் போன்றோர்கள் மத்தியில் கூட காண்பது மிக அரிது......

ஆகவேதான் வறுமைக் கோட்டிற்கு கீழே மக்கள் தொகை, வளர்ச்சி விகிதாச்சராத்தை விட வேகமாகப் பெருகி வருகிறது......

அரசாங்கம் தரும் ஒவ்வொரு இலவசமும் வறுமைக்கோட்டிற்குக் கீழே வாழும் ஏழைகளிடமிருந்து திருடியதுதான் என்பதை உரக்கச் சொல்வதிலே பண்பாளர்கள் மறுக்க முடியாது.....

.இலவசங்கள் கேட்டு மாணவர்கள் போராடுவது கூட.....ஒருவகையில் வேதனை தரும் செயல்தான்......இலவசங்கள் மேலும் மேலும் அரசை திருடர்களாகவே மாற்றி வருகிறது......

இலவச மாயையால்,கல்வி,மருத்துவம், கட்டமைப்பு வசதிகள்..... கண்ணெதிரேப் புறக்கணிக்கப்படுகிறது.....!இதனால் உழைக்கும் மக்கள் மேலும் சுரண்டப்பட்டு...வறுமைக் கோடு பரந்து விரிந்து, முன்னேற்றப் பகலவனை முடிச்சுகள் போட்டு முடிந்து விடுகின்றன......

தேவை என்பதை எப்படி முடிவு செய்வது....?அதன் தர்மம் என்ன...? என்ற கேள்வி எல்லோர் மனத்திலும் எழுவது இயற்கையே..

நாம் அதிகமாக உழைத்து விட்டோம் என்று எண்ணி தேவைக்கு அதிகமாக நுகர்பவர்களும் இருக்கத்தான் செய்கிறார்கள்...!.

கல்வி,சுகாதாரம்,சாலைகள் போன்றவைகளைத் தேவைகளாகக் கருத வேண்டும்......

இவைகளை இலவசங்கள் என்று பொருள் கொள்ளக் கூடாது.............

பல கோடி மக்கள் ஒரு வேளை உணவு கூட இல்லாமல் வாழும்போது....ஆடம்பரமாக ஒரு புறம் அரசும், மற்றொருபுறம் மக்களும் பொருட்படுத்தாமல் இருப்பது மேன்மை அல்ல.....

தேவையின் தர்மத்தை விளக்க வேண்டும் என்றால்... நாம் விலங்குகளிடமிருந்துதான் கற்றுக் கொள்ள வேண்டும்....

எந்தப் பறவையும், விலங்கும் தன் பசிக்கு மேல் எடுத்துக் கொள்வதில்லை.... தான் நுகரும் பண்டங்கள் தனது உழைப்பின் மூலம் மட்டுமே பெற்றுக் கொள்ள வேண்டும்....

அதே போல் மனிதனால் படைக்க முடியாத இயற்கை வளங்களைக் கவர்வதும்,சூறையாடுவதும்...

எந்த தர்மத்தின் அடிப்படையில் இந்த உரிமயைப் பெற்றான்...?அந்த உரிமையை ஒருவன் எப்படிப் பெறமுடியும்....?

தர்மத்தின் அடிப்படையில் உரிமையை யாரும் யாருக்கும் வழங்க முடியாத நிலையில்....ஏன் இப்படி காரியங்கள் நடை பெறுகின்றன....?

இது போன்ற கேள்விகள் மிக வினோதமானவையாகவே பலருக்கும் புலப்படும்.

ஏனென்றால், அபகரித்து வாழும் வாழ்க்கையைப் புத்திசாலித்தனமாகப் போற்றும் உலகமாகிப் போனது, இது லௌகீக சமாச்சாரத்தின் எல்லையை மீறி வாழும் வழ்க்கையாகும்.....!

தான்தோன்றித் தனமான சட்டங்களையும், விதிகளையும், நாகரீகம்.........முன்னேற்றம் என்ற போர்வையில் இயற்பியல் தர்மத்திற்கு புறம்பாக செயற்கையாக உருவாக்கிக் கொண்டு.....தன்னைத்தானே ஏமாற்றிக் கொண்டு.

மற்றவர்களை நாம் புத்தியின் கூர்மையால் ஆள்கிறோம்....அல்லது ஏமாற்றிவிட்டோம் என்று தன்னையே பலிகடாவாக மற்றிக் கொள்ளும் மனித இனம்.

ஒவ்வொரு நொடியும் தர்மத்தைக் குழிதோண்டி புதைத்து வருகிறது.

இதற்குப் பெயர் "தொழில் நுட்ப பொற்காலம்.." ஆனால் தர்மத்தின் தலைவன் இட்ட பெயர்.. கலிமுற்றிய.... "பிரளயம்.."

"ஆண்டவனால் படைக்கப்பட்ட அத்தனையும் அரசாங்கத்திற்குச் சொந்தம்..."ஆனால் அது சாதாரண மனிதனுக்குச் சொந்தமாகாமல் மாறிவிட்டன............

மனிதனுக்கும் அரசாங்கத்திற்கும் இடைவெளி அதிகமாகிப் போனதால்தான்.....முண்டாசுக் கவிஞன் பாரதி முகத்தில் வெடித்து வந்த கோபம்தான்.....இந்த வரிகள்....இது கவிதையும் அல்ல...இலக்கணம் போற்றும் செய்யுள்ளும் அல்ல......உழைக்கும் வர்க்கத்தின் வியர்வைத் துளிகளை அள்ளி... கண்களில் கோபக் கனல் தெறிக்க... போலி மனிதத்தை நோக்கி வீசிய....ஏவுகணை... " **தனி ஒருவனுக்கு உணவில்லையெனில் ஜகத்தினை அழித்திடுவோம்**.." என்றார்.

இது போன்ற விவாதத்தை எந்த விலங்கினமோ...பறவையினமோ..வைத்ததில்லை....

வலிமையான விலங்குகள் என்று சொல்லப்படும் சிங்கம்,புலி போன்ற விலங்கினங்கள் தன் இரையைத் தானே

தேடுகின்றன.....கிடைக்கவில்லையென்றால் அவைகள் பஞ்ச பூதங்களை பழிப்பதில்லை...மாறாக பட்டினியில் உயிரை விடுகின்றன......

மரங்களும்,செடிகளும் நீரில்லை என்ற நிலை ஏற்பட்டால் இலைகள் உதிர்ந்து பட்டுப் போய்த் தன்னை மாய்த்துக் கொள்கின்றன...

அவைகளின் உணவுத் தேவை 'இவ்வளவுதான்' என்று விதிக்கப் பட்டுள்ளது....

அது தவிர வேறு மாற்றுகளைத் தேடிச் சென்று அழிப்பதில்லை....

ஆனால் மனிதன் தனக்கு உரிமையல்லாத அத்தனையையும் தேவைக்கு மேல் சேர்த்துக் கொண்டு சொந்தம் கொண்டாடும் பேராசை பிடித்த பித்தனாக ....

.கோடிக்கணக்கான வறியவர்களின் ஆகாரங்களைத் தட்டிப் பறித்து வறுமை நோயைப் பரப்பி வாழ்ந்து வரும் கொடியவர்கள்.......

அவர்களைத் திருத்துவது கடினம் என்று நினைத்த பாரதி "ஜகம் அழிந்தால்தான் இவர்கள் அழிக்கப் படுவார்கள்" என்று வழியில்லாமல் குமுறிய வரிகள்தான் அவை..........!

வறுமையைப் பார்த்து ஜகத்தை அழிக்கச் சொன்ன பாரதி ஒருபுறம்...பேராசைக்காக இயற்கை வளங்களை அழித்து வாழும் நாகரீக மனிதர் ஒருபுறம்....."அடுத்தவன் உழைப்பைச் சுரண்டாதே.." என்று எச்சரிக்கை செய்யும் காந்தி ஒரு புறம்......"உழைப்பிற்கு நிகர் எதுவுமில்லை.." என்று போற்றும் வள்ளுவம் ஒருபுறம்....

"ஆம்...உழைப்பிற்கு நிகர் ஊதியம் கூட இல்லை" என்று ஏங்கும் உழைப்பாளிகள் வர்க்கம் மறுபுறம்.......

இப்படிச் சொல்லியவர்களையெல்லாம் போலியாகத் தலையில் வைத்து ஆடும் அரசியல்வாதிகள் நாள் தோறும் விதைக்கும் விதைதான் வறுமை.....!

"உலகில் நீ காணும் அத்தனையும் தூய்மையான பிரம்மனால் படைக்கப் பட்டவை.....அவைகளைத் துறந்து வைராக்கியமாக வாழக் கற்றுக் கொள்: பேராசையுடன் எதையும் கவர்ந்து வாழ

நினைக்காதே....!" என்கிறது சமஸ்கிருதப் பொன்மொழி....

"உனக்குள் மனிதம் இல்லையென்றால் நீ சுவாசிக்கும் காற்று, கொல்லன் துருத்தியில் அடைந்து கிடக்கும் காற்றை விடக் கீழானது...."என்கிறார் ஒரு முனிவர்.

"உனக்குத் தேவையான அனைத்தையும் உன் உழைப்பால் எடுத்துக் கொள்.....ஆனால் பேராசையுடன் தேவைக்கு மேல் எதையும் தீண்டாதே....

நீ காலத்தால் நிச்சயம் கறைந்து போவாய்.." என்கிறது மற்றொரு முதுமொழி...

ஆனால் மனித சுகமோ நாளுக்கு நாள் மாறுபட்டு இயற்கை வளம் அழிக்கப்படுகிறது.....
அது குறித்து....

அனைத்து நாடுகளும் ஒன்று சேர்ந்து வருடா வருடம் தவறாது மாநாடுகள் நடத்திக் கவலையடைகின்றன.....

முன்னேறிய நாடுகளிலும் வறுமை தாண்டவமாட ஆரம்பித்து விட்டது.....ஆனால் மனிதன் பேராசையோ 'மாற்றம்' என்ற போர்வையில் திரண்டு வரும் கருமுகிற் கூட்டங்களாய் விரிவடைந்து சாமான்யனை மிரட்டுகிறது.........

"உழைக்காமல் வரும் செல்வம்....மனச்சாட்சி இல்லாத மகிழ்ச்சி.....மனிதம் இல்லாத அறிவியல்.

ஒழுக்கம் இல்லாத கல்வி.......கொள்கை மறந்த அரசியல்......அறநெறியற்ற வியாபாரம்......தியாகமற்ற பக்தி....தர்மத்திற்குப் புறம்பானது......பாவச் செயல்..." என்று தர்மத்தின் விதிகளைக் காந்தியடிகள் பட்டியலிடுகிறார்...

அரசங்கத்தின் சட்டமோ...அர்த்தமில்லாமல் புகழ் பாடும் அதிகார வர்க்கமோ..அறிவியலைத் துதி பாடி அரைகுறையாக ஏற்படுத்தும் தொழில்நுட்பமோ. அனைத்தும் தர்மத்தின் கட்டளைக்குள் அடங்கும்.....இது இயற்பியலின் விதி..... "வறுமையைவிடக் கொடியது அந்த உயிர்கள் புறக்கணிக்கப்படும் விதங்கள்தான்..." என்று கண்ணீர் மல்க கூறியவர் நம் அன்னை தெரசாதான்......

ஒவ்வொரு அரசியல்வாதி மட்டுமல்ல......வேறு யாராக இருந்தாலும்..... அவர் வலம் வரும் உல்லாச ரதம் ஏழைகளின் இரத்தத்தில் பயணம் செய்கின்றன...... இதையறிந்தவர் எவரோ அவர்தான் மனிதனாகலாம்,..... மற்றோரெல்லாம் ஓரறிவிலும் கீழானப் புழுக்களே.......!

"தேவைக்கு அதிகமாக ஆசைப்பட்டால் உனது இதயமும் ஆத்மாவும் தாகம் தீராமல் அலைந்து திரியும்.....

அதே சமயம் நீ அளவாக ஆசைப்பட்டால் உனக்குக் கிடைப்பதெல்லாம் மிக அதிகமாகவே தோன்றும்".இதை அறிந்து வாழ்தல் மேன்மையே....

ஒவ்வொரு மாதமும் பத்து இலட்சம் பேரை வறுமைக் கோட்டிற்கு மேலே மீட்டு வரும் அண்டை நாடான சீனா மனதில் பாலை வார்க்கிறது......

வாழ்க பாரதம்!... வளர்க பண்பாடு!

மாற்றிச் சிந்திப்போம்! மாற்றத்தை மகிழ்விக்கச் சிந்திப்போம்! -சன்னா.இரத்னவேல்

"இங்கு கல்லூரிகளும் பள்ளிகளும் இருப்பதால் மட்டும் கல்வி வாழ்வதாக எண்ணிவிடாதீர்கள்......."என்றார் மால்கம் எக்ஸ்.....

அறிஞர்களைக் கற்று அறிந்து, தேர்வு செய்து அவர்களைத் தனது குருவாக ஏற்றுக் கொள்ளும்

திறன் உள்ளவனே கற்றவன்....கற்றதின் பயன் என்று வள்ளுவம் கூறுகின்றது.

“நானே மற்றவர்களைவிட அறிவானவன் என்று ஒருவன் நினைத்து விட்டால்......, அதைவிடக் கொடியது இந்த உலகத்தில் எதுவும் இல்லை” என்கின்றார் விவேகானந்தர்....

இந்தக் கல்வி என்ற கானல் நீரில் மனிதன் கரைந்தே போய் விட்டான்....

இன்றைய கல்வியும், தேர்வு முறைகளும் நடைமுறைகளுக்கு பயனற்றவையாகவும்,மாணவர்களின் சிந்தனைத் திறனையும் சுயமரியாதையையும் மழுங்கச் செய்வதாகவும் உள்ளது.

."கல்வியின் தத்துவம் சகவாசிகளைப் பயமுறுத்தவும், அவர்களைக் கட்டாயப்படுத்தவும், தன்னை இருளில் முகம் புதைத்துக் கண்களைத்

திறக்காமல் வாழ்ந்து பழகவும், நம்ப முடியாத வழிகளில் பணம் பண்ணுவதற்கு மட்டுமே அறிவிக்கப்படுகிறது.....

தங்கள் செயல்களுக்கு வருந்துவதற்குக் கற்றுத் தருவதில்லை.....என்கின்றார் கிரிஸ் ஜாமி என்ற அமெரிக்க இளம் கவிஞர்...

தேர்வு முறை என்பது அறிவைச் சோதனை செய்து கொள்வது என்று தவறாக நினைத்துக் கொண்டிருகிறோம்....அந்த பரிசோதனையை மாணவனே செய்து கொள்ள வேண்டும். அதற்கு மாணவனைத் தகுதிப் படுத்துவதுதான் கல்வியாகும்......

கற்றுத் தருதலில் எளிதான, பல புதுமையான யுக்திகளை மேற்கொண்டு புரிதலை மேன்மைப் படுத்தி மாணவர்களை உற்சாகப்படுத்துவதுதான் கல்வி.

கல்விக் கூடங்களில் கல்வி கற்பது எப்படி? என்ற வழி முறைகளை மட்டுமே போதிக்க வேண்டும்.

புதிய பாடத் திட்டங்களை அறிமுகப்படுத்த வேண்டும்...ஒரு விசயத்தை எப்படிப் புரிந்து கொள்ள வேண்டும்...?அதை எப்படி சிந்திக்க வேண்டும்...?அதில் முரண்பாடுகள் இருந்தால் அதைக் களைவது எப்படி..? அதில் உள்ள

உண்மைகளை எப்படிப் பரிசோதனைக்கு உட்படுத்துவது...,?

அதில் மேலும் என்ன தத்துவங்களை வெளிக்கொணர முடியும் ..போன்றவைகளை செயல் முறை விளக்கங்களோடு...உணர வைப்பதுதான் கல்வி...

நன்நெறிகளைப் போதித்து, மாணவர்கள் அத்தனை பேர்களையும் ஒரு நல்ல குடிமகன்களாக மாற்றுவதைத் தவிர்த்து....ஒரு சிலரை அறிவாளிகளென்றும்,

அவர்களை ஊடகங்கள் கௌரவிப்பதும், பெரும்பாலான மாணவர்களை முட்டாள்கள் என்று அறிவிப்பதும்...., சம நிலையில் நல்ல குடிமகன்கள் உருவாக வாய்ப்பில்லாமல் செய்து விடுகிறார்கள்.

இந்த சமூகத்தில் அறிவாற்றல் மற்றும் முட்டாள் தன்மையென்பது இட்டுக்கட்டப்பட்ட ஒரு மாயை...

அமைப்புவியல் விதிக்கு முரண்பாடான கூற்று என்பது கென்னத் போவ்ல்டிங் மற்றும் வில்லியம் ரோஷ் ஆஷ்பியின் தேற்றங்கள் மூலம் உணரமுடியும்.

நடை முறையில் கல்வி சமூகத்தின் மாய பிம்பமாக உருவாகி வருவதை எல்லோரும் கண்கூடாகக் காண்கின்றோம்....

மனித வளச் சீர்கேட்டிற்கு இன்றைய தேர்வு முறைகள் மிக முக்கிய காரணமாக விளங்குகின்றது.....

இப்படிப்பட்ட கல்வியால் மனநலம் பாதித்த மாணவச் செல்வங்கள் செயற்கரிய செயலைச் செய்து பெற்றோர்களையும், ஆசிரியர்களையும்,சமூகத்தையும் கதிகலங்கடிக்கிறார்கள்.....

இதனால் அவர்கள் சமூகத்தில் பொறுப்பற்றவர்களாக மாறுவதோடு அவர்களின் திறமைகள் வீணடிக்கப்படுகின்றன......

ஒரு தனி மனிதனுக்கு வேலை வாய்ப்பைக் கொடுப்பவர்கள் மட்டுமே தேர்வு முறைகளைக் கையாள வேண்டும்.

வேலை வாய்ப்பைத் தரும் அரசாங்கமும் நிறுவனங்களுமே தேர்வு முறையைச் செயல்படுத்த வேண்டும்...

அந்த உரிமை கல்வி நிறுவனங்களுக்கு இருப்பதால் ...போதனை முறைகளில் கவனம் செலுத்துவது இல்லை....

வண்ண மலர்களை அடுப்பில் வைத்து வறுப்பதைக் கல்வி என்று ஏற்றுக் கொள்ள வேண்டிய சூழலில் நாம் வாழ்கிறோம்....

"பிச்சைபுகினும் கற்கை நன்றே.." என்ற அறிவுறுத்தலை ஆதாரமாக வைத்து ,கல்வி என்ற பெயரில் பெரும் தொழிற்சாலைகள் உருவாகி விட்டன...இதைக் கட்டுப்படுத்த முடியாத நிலையும் உருவாகி விட்டது..... .

நாளைய உலகைப் படைக்கும் பிஞ்சு உள்ளங்களும்,இளைஞர்களும் "இதுதான் கல்வி "என்று நம்பி தங்கள் வளமான வாழ்வை எதிர் நோக்கி இருக்கிறார்கள்.....

படித்து முடித்தவர்களை "இலாயக்கற்றவர்கள்" என்று முத்திரை குத்தி மனித வளத்தை வீணடிப்பது ஏற்புடயதா..?

இப்பூவுலகில் பிறந்த ஒவ்வொரு மனிதனிடமும் ஒரு வகையான திறமை உள்ளது....அதைக் கண்டறியும் முறைதான் கல்வி.

மேலை நாடுகளைப் பார்த்து அதன் நகல்களாக வாழ்வது தவறில்லை....ஆனால் அவற்றைத் தவறாகப் புரிந்து கொண்டு வாழ்வதுதான் தவறு...

எதற்கெடுத்தாலும் நம்மை நெடுங்காலம் ஆட்சி செய்த ப்ரிட்டிஷ்காரர்களைக் குறை கூறிக் கொண்டு அவர்கள் காட்டிய சௌகரியங்களை அனுபவித்துக் கொண்டு.... காலத்திற்கு ஏற்றார் போல் அவைகளை மாற்றிக் கொள்ள இயலாதவர்களாக இருக்கிறோம்.....

உலகத்தில் உள்ள பெரும் கோடீஸ்வரர்களில் இருப்பத்தி நான்கு சதவீதம் எந்தப் பல்கலைப் பட்டங்களும் பெறாதவர்கள் என்று சமீபத்திய புள்ளி விபரங்கள் கூறுகின்றன....இதில் இருபத்தி ஐந்து சதவீதத்தினர் பொறியியல் பட்டம் பெற்றவர்கள்,மற்றவர்களெல்லாம் கலை, அறிவியல் பாடங்களில் இளங்கலை பட்டம் பெற்றவர்கள்....

மேலும் இவர்களில் தொன்னூறு சதவீதத்தினர்களின் படிப்பிற்கும் தங்களின் வெற்றிக்கும் தொடர்பு

இருப்பதாகக் கூறிக் கொள்ளவில்லை...

பல்கலைத் தேர்வில் தங்கப்பதக்கம் பெற்ற மாணவன் இந்தியக் குடிமைப் பணித் தேர்வில் தோல்வியடைவதும், வெறுமனே தேர்வான மணவர்கள் அந்தத் தேர்வுகளில் நல்ல மதிபெண்களோடு தேர்ச்சி அடைவதும் முரண்பட்டதாகவே உள்ளது.

போதனை முறைகளின் குறைபாடுகளினால் மாணவர்களின் புரிதலுக்குத் தடைகள் உண்டாகின்றது....புரிதல் நிலையில் மாணவர்கள் அனைவரும் சமநிலை அடைவதுதான் கல்வியின் வெற்றியாகும்...

அப்போதுதான் சிந்தனைகள் ஒருங்கிணைந்து சமூகம் மேம்படும்.....இதைக் களைவதற்கு போதனை-புரிதல் முறையில் புதுமைகள் புகுத்தப்பட வேண்டும்... தேர்வுகள் திறமைகளைக் கண்டறியும் யுக்தியாக மாற்றப்பட வேண்டும்...

இன்றைய கல்வி முறை "அரிசியை விட்டு உமியை உண்பதற்குச் சமமாகும்." என்றார் காந்தியடிகள்

ஒரு மாணவன் தன்னையே ஒரு ஆசிரியராக மாற்றிக் கொள்ளும் வழிமுறைகளைத் தெரிந்து கொண்டு கற்றலைத் தானே கையாள வேண்டும்.... அதற்குப் பயிற்சி அளிப்பதுதான் கல்வி....

இது போன்ற கல்வி முறைகளை ஜப்பான்,ருஷ்ய,சீனா போன்ற நாடுகள் ஆரம்பத்திலேயே கடைப் பிடித்ததால் அவர்கள் கல்வி முறையில் குழப்பம் இல்லாமல் செவ்வனே சிறப்பாக இருந்து வருகின்றது....

கல்வி என்பது தன்னை முழுமையான மனிதனாக மாற்றிக் கொள்வது, வேலை என்பது பயிற்சியின் மூலமாக தெரிந்து கொள்வது. தேர்வுகள் மேற்கூறிய இரண்டிற்கும் அறிவியல் ரீதியாக உத்ரவாதம் கொடுப்பதில்லை..

“ஒரு குழந்தையைக் கட்டாயப்படுத்தி அதிகாரத்தின் மூலம் கல்வியைப் புகட்டாதீர்கள்....அவர்களுக்கு விசித்திரங்களையும்,புதுமைகளையும் கண்டறிவது எப்படி என்று வழிகாட்டுவதுதான் கல்வி....அப்போதுதான் அவர்கள் மேதாவிகளாகவும், அறிஞர்களாகவும் அவதாரம் எடுப்பார்கள்.." என்கின்றார் தத்துவப் பேறறிஞர் பிளேட்டோ.

பள்ளியில் சேரும் முதல் நாளில் சமமாக நின்ற மாணவர்கள், மூன்றே மாதத்தில் ஒரு சிலர் அறிவாற்றல் உள்ளவராகவும், பெரும்பாலானோர் முட்டாள்களாகவும் தேர்வு முறையில் பிரகடனப்படுத்துவது...கொடுமையன்றோ...!?.

தேர்வு முறைகளினால் ஆசிரியர்களும், கல்வி நிறுவனங்களும் மற்றும் பெற்றோர்களும் இன்று மிகப் பெரிய மன அழுத்தத்தில் உழலுகின்றனர்.

இந்த தேர்வு முறையால் சமூகம் மிகவும் பாதிப்படைந்துள்ளதை நாம் புரிந்து கொள்ளவேண்டும்.

அடிக்கடித் தொழில் நுட்பங்கள் மாறும் காலத்தில் நாம் வாழ்கின்றோம்...ஒவ்வொரு நிறுவனமும் அடிப்படையில் ஒன்றுக்கொன்று வித்தியாசமான தொழில் நுட்பங்களையும் ,மேலாண்மை முறைகளையும் கையாள்வதால் ...நிறுவனங்களின் தேவைக்கேற்ற திறமைகளை அவர்கள்தாம் பயிற்சியின் மூலமாக உருவாக்கிக் கொள்கிறார்கள்.... இதற்கான பொது அறிவியலை மட்டுமே கல்விக் கூடங்கள் போதிக்க முடியும்.........

..”கல்வி என்பது அனைத்து மாணவர்களுக்கும் உத்வேகமும் சந்தோசமும் அளிப்பதாக இருக்க வேண்டும்...ஆனால் அது இன்று விரக்தியின் ஆணி வேராக இருக்கின்றது.....”

“வாழ்நாள் முழுக்கக் கற்றலைத் துணையாக்கிக் கொள்ள வேண்டும்....கடைசி மூச்சு உள்ளவரைத் தொடரவேண்டும். ஒரு புத்தகத்தைப் படித்து பரிட்சை எழுதுவது கல்வி அல்ல" என்கிறார் கல்விச் சிந்தனயாளர் ஜே.கிருஷ்ணமூர்த்தி.....

இன்றைய கல்விப் போதனை முறைகள் மாணவர்களிடம் இரண்டு விதமான தாக்கங்களை உருவாக்குகின்றன.

போதனை முறைகளைப் புரிந்து கொண்டு தன்னை அறிவாளியாகப் பிரகடனம் செய்து கொள்வது ஒரு புறம் இருக்கின்றது.

இரண்டாவது, இந்தப் போதனை முறைகளின் சூட்சுமத்தைப் புரிந்து கொள்ள முடியாமல் தன்னை முட்டாள்கள் என்று நம்பிக் கெடுவது....

இதற்குக் காரணம் புரிதல் தன்மை மாணவர்களின் சூழ்நிலைகளுக்கு ஏற்ப மாறுபாடுகள் நிறைந்துள்ளதாக இருக்கின்றது...

இந்த மாறுபாடுகளை உணர்ந்து போதனை முறைகளில் புதுமைகளைக் கையாளாத கல்வி நிறுவனங்களின் தோல்விகள்தான், பரவலாக மாணவர்களின் அறிவுத் திறனில் வேறுபாடுகள் காணப்படுவதற்குக் காரணங்கள்....

இதில் அரசும் கல்வியாளர்களும் கவனம் செலுத்தி போதனை முறைகளிலும் தேர்வு முறைகளிலும் மாற்றம் செய்தால் மனித வளம் மேம்படும்.......

ஒவ்வொரு குடிமகனும் நாட்டின் சொத்தாக மாறும் நிலையை நாம் உருவாக்க முடியும்.

"காடு மேடுகளை மாற்றியமைத்து வீடுகளை அமைப்பது கல்வியல்ல...

மாறாக பாலைவனத்தில் நீர் பாய்ச்சி 'அங்கு எப்படி மரங்களை வளர்ப்பது?', என்று யோசிப்பதுதான் கல்வி.." என்கின்றார் கிளைவ் ஸ்டாப்லெஸ் லூயிஸ் என்ற அயர்லாந்தில் பிறந்த அறிஞர்.

வாழ்க பாரதம்....! வளர்க பண்பாடு...!

மாற்றிச் சிந்திப்போம்! மாற்றத்தை மகிழ்விக்கச் சிந்திப்போம்!

சன்னா.இரத்னவேல்

"மற்றவர்களை மாற்ற வேண்டும் அல்லது நாம் நினைத்தபடி எல்லாம் நடக்க வேண்டும்......" என்று

எண்ணுவதும் போராடுவதும்
தன்னம்பிக்கையல்ல.......அது முடியாத ஒன்று....

ஒரு தனி மனிதனுக்கு நம்பிக்கை வருவது அவன் சார்ந்து வாழும் சமூகத்தின் இயல்பைப் பொருத்தே அமையும்.....ஆக மனித உரிமைகள் பாதுகாக்கப்படும் சமூகத்தில்...மனிதநேயத்தை போற்றும் சூழ்நிலையில் தன்னம்பிக்கை எல்லோர் மனதிலும் கொடிகட்டிப் பறக்கும்..... எங்கெங்கு காணினும் ஏற்றத் தாழ்வுகளை உருவாக்கும் சமூகத்தில்....தனி மனித நம்பிக்கை குறைந்தே காணப்படும்.
.....இதற்குச் சமூகமே பொறுப்பேற்க வேண்டும்.....

"வாழ்க்கை என்பது பத்து சதவீதம் அனுபவமாகவும் தொண்ணூறு சதவீதம் அதை எப்படி நாம் சமாளிக்கிறோம் எனபதையும் உள்ளடக்கியவை" என்று உணர வேண்டும்.....

இது தனி மனிதனின் எண்ணத்தில் உதயமாகி விட்டால் அவன் சார்ந்த சமூகம் அவனால் பயனடையும்........

ஒரு தனி மனிதன் தர்மத்தின் எல்லையைத் தெரிந்து கொள்ளும் வாய்ப்பைப் பெறும்போது வெற்றி மற்றும் தோல்வியின் மாயையை உணர்ந்து விடுகிறான்....

அது நிரந்தரமல்ல என்று தெரியும்போது அவன் மனதில் நம்பிக்கை நட்சத்திரங்கள் ஒளியேற்றுகின்றன......

கல்வியையும் செல்வத்தையும் கடைத் தெருவில் தேடும் சமூகத்தில் நம்பிக்கை சிகரமாக ஜொலிப்பதில்லை.... அடுத்தவர் வாழும் போலி வாழ்க்கையை தனதாக்கிக் காட்ட வேண்டும் என்ற எண்ணம் மனிதனைச் சீரழிக்கும் என்பதில் மாற்றுக் கருத்து இருக்காது...... தான் காணும் அத்தனையும் மாயை....பிறர் வாழும் பகட்டான வாழ்வு மாயை.... என்று ஒருவன் உணரும்போது அவன் வாழ்வு தெளிந்த நீரோடையாக மாறுகின்றது.....

கடமையைச் செய் ...பலனை எதிர் பாராதே என்று சொன்ன கீதையைப் போற்றுபவன் நம்பிக்கை இழக்க வாய்ப்பில்லை.....

அதேபோல் "ஆசையைத் துறந்து விடு...நீ செல்வந்தனைவிடச் சிறப்படைவாய்" என்ற புத்தரின் போதனை, பொலிவான வாழ்விற்கு வழியாகும்.....

"முயற்சி திருவினையாக்கும் முயற்சியின்மை இன்மை புகுத்தி விடும்...." என்ற வள்ளுவரின் வரிகள்.......போரிடுவதற்கோ...புகழின் உச்சியை அடைவதற்கோ
சொல்லப்பட்டவையல்ல....இருப்பதைக் கொண்டு எப்படி வாழவேண்டும் என்பதற்கும் ...மனதை தெளிவு செய்வதற்கும் முயற்சி செய்....

ஏனென்றால்...நீ காணும் உலகம் பொய்களை உள்ளடக்கியவை...அவைகளை உண்மை என்று உன் மனது நம்பிக்கொண்டே இருப்பதால்...

உன் மனது தெளிவடையும் நாட்கள் தள்ளிக் கொண்டே போகும்....போதிலும் மீண்டும் மீண்டும் முயன்று...அது மாயைதான் என்று அறியும் வழிமுறையைத் தேடுவதுதான் முயற்சி....

அதை அறிந்த பின் தென்றலாக மாறும் உன் வாழ்வு.... என்கிறார் பொய்யா மொழியார்...

“நிச்சயமாக நான் முழுமையான அல்லது நேர்த்தியானவனாக இருக்க முடியாது என்ற உண்மையை உணரும்போது....’ உன்னை உலகம்

மதிப்புமிக்கவனாகவும், நேர்மையானவனாகவும் காணத்தொடங்கும்....

இதுதான் உண்மை' என்கின்றார் பண்டோரா பாய்கிலோஷ் என்ற இளம்பெண் எழுத்தாளர்....

வாழ்வின் அடிப்படையும் நோக்கமும் தெளிவடைய வேண்டும்.....ஒன்றிற்குமேல் பல இலக்குகளைத் தெரிவு செய்து கொள்ள வேண்டும்....அதில் எது பெரியது..... சிறியது என்று வித்தியாசப்படுத்தக் கூடாது...

எது நமக்கு கிடைக்கக் கூடியது..? என்று சிந்திக்க வேண்டும்......நேர்மையான வழியில் பெறும் வழியை அறிய வேண்டும்....

தேவையை விட, தேவையை அடையும் வழிமுறைதான் உன் மனதிற்கு அமைதியைக் கொடுக்கும்.....

ஆட்சிப் பணியை முறைகேடாகப் பயன்படுத்தி அரசியல்வாதிக்கு அடிவருடுவதைவிட வெறும் ஐந்து எருமை மாடுகளை மேய்ப்பது சிறந்தது என்று முடிவெடுப்பது நம்பிக்கையின் உச்ச நிலையாகும்.....

ஆராய்ச்சிப்படிப்பு படிக்க வேண்டும் என்று நம்புவது தவறல்ல....அடுத்தவனை எழுதவைத்து தான் ஆராய்ச்சியாளன்போல் பாவனை செய்து காலம்போக்குவது நம்பிக்கையின் நிறைவு அல்ல...

தூற்றுவோர் தூற்றட்டும்.....போற்றுவோர் போற்றட்டும் எனது கருத்தை சொல்வேன்...நில்லேன்...அஞ்சேன்....என்றார் கவிஞர் கண்ணதாசன்..... அந்த நம்பிக்கை தர்மத்தின் அடிப்படையில் உருவானது....

"எங்கு வெளிப்படையாக தத்துவங்களைப் பேசமுடிகிறதோ.....அங்கு மனிதன் தலை நிமிர்ந்து நிற்பான்.." என்றார் நோபல் பரிசு பெற்ற தாகூர்....

தனி மனித நம்பிக்கை உடைந்து போவதற்குக் காரணம்...தாழ்வு மனப்பான்மையாகும்......

பக்தி உடையவனைப் பார்த்து பக்தி கொள்வது எளிது....நல்லவனைப் பார்த்து நல்லதைச் செய்வது எளிது...

ஆனால் போலியான உலகைப் பார்த்து அவைகளின் நகல்களாக வாழநினைப்பதுதான் குருட்டு நம்பிக்கை.......அது தோல்வி என்ற மாயையை உருவாக்கி மனிதனை நிலைகுலையச் செய்து நம்பிக்கை இழக்கத் தூண்டுகின்றது....அது எல்லா நிலைகளிலும் உலவுகின்றது என்பது கசப்பான உண்மை......

நம்பிக்கை என்பது தன்நிலையை உயர்வாக எண்ணுவதுதான்....அதில் தர்மமும் நேர்மையும் அடித்தளமாகும்....

இது ஒரு உழவனின் உழைப்பில் மட்டுமே உருவாகும்....தனது கழனியில்...காணிநிலத்தில் ...அறுவடை செய்யும் அத்தனையும் தர்மத்தின் அடிப்படையிலும் நேர்மையின் அடிப்படையிலும் உருவானவை.....

ஒரு அரசு அதிகாரியின் செயல் அல்லது ஒரு வியாபாரியின் வியாபாரம் சந்தேகத்திற்கு அப்பாற்பட்டு அமைவது மிகவும் கடினமான ஒன்று....ஆனால் தலை நிமிர்ந்து வாழவேண்டிய உழவன் தன் மகனை அரசு அதிகாரியாக்க நினைப்பது எதனால்.......?

சமூகத்தின் மனநிலைதான் அவனை அப்படி நினைக்கத் தூண்டுகின்றது....அது ஊனத்தின் ஒளிக் கீற்று.....பட்டம் பெற்றுப் பதவியடைந்தவன்....

அல்லது அரசியல் மூலம் அதிகாரம் பெற்றவன் தன்னை உயர்ந்தவனாக எண்ணிக்கொள்ளும் நிலை

அந்த உழவனின் தாழ்வு மனப்பான்மைக்குப் போட்ட விதை....

சீசரின் மனைவி சந்தேகத்திற்கு அப்பாற்பட்டவள் என்பது உண்மையோ பொய்யோ....?அந்த உழவன் விளைச்சல் குறைந்தாலும் அவன் உழைப்பு அவனை நிம்மதியாக உறங்கவைக்கின்றது..

ஆனால் பாவனை வாழ்க்கை வாழும் அரசு அதிகாரியோ..அரசியல்வாதியோ....சந்தேகக் கண்களின் குடைச்சலில் காலம் தள்ளுகின்றார்கள் அல்லது கம்பி எண்ணுகின்றார்கள்.....

"நான் நல்ல முடிவுகளை எடுப்பேன் என்பதில் நம்பிக்கையில்லை...ஆனால் எடுத்த முடிவை சரியானவையாகவும் தர்மத்திற்கு உட்பட்டவையாகவும் மாற்றிவிடுவேன்....

அதுதான் என் நம்பிக்கை.." என்கின்றார் ஒரு இஸ்லாமியத் தலைவர்.

"கடல் மீது விழுந்தோர்கள் நீந்துங்கள்.....கரை மீது விழுந்தோர்கள் நில்லுங்கள்...." என்றார் கவிஞர்......அக்கரைப்பச்சையென்று அலைவதும் மனிதன் நம்பிக்கை குறைய வாய்ப்புக்கள் அதிகம்.

வெளிநாடுகளில் வேலைக்குப் போவோரில் பத்து சதவீதமே பாதுகாப்போடு வாழ்கின்றார்கள்....வெளிநாட்டின் மோகத்திற்குக்

காரணம்...ஆசையும்...உள்ளூரில் தொழில் புரிவதைத் தாழ்வாகவும் எண்ணுவதே ஆகும்.....

நம்பிக்கையென்பது தன் நிலை உணர்ந்து கொள்வதும்..... கடமையைச் செய்வதுமே ஆகும்... ஆசைகளை உருவாக்கி அதை அடைய நினைப்பது...மூடநம்பிக்கை....... வாழ்வை நம்பிக்கையிழக்க வைக்கும் கருவியாகும்.....

"ஐரோப்பாவில் ஒரு குளிர் மிகுந்த நகரத்தில் ....நடு இரவில் வயது முதிர்ந்த தம்பதிகள்....

தங்குவதற்கு இடம் தேடி ஒவ்வொரு விடுதியாக ஏறி இறங்கினார்கள்....அவர்கள் முன்பதிவு செய்யாததால் எல்லா விடுதிகளிலும் "இல்லை" என்ற சொல்லையே பதிலாகச் சொல்லப்பட்டது......

மிகவும் நம்பிக்கையோடு..அவர்கள் தங்கும் விடுதிகளைத் தேடி வெகு தூரம் நடந்தே

செல்லவேண்டியிருந்தது...மிகவும் களைப்போடு ஒரு விடுதியில் நுழைந்தனர்...

அவர்கள் கையில் ஒரு சிறிய கைப்பை மட்டுமே இருந்தது...குளிரில் வெகுதூரம் நடந்ததால்...அந்த முதியவர் மிகவும் களைப்போடு தனது மனைவியின் இடையோடு சாய்ந்து நின்றார்...

வரவேற்பறையில் மிகவும் நேர்த்தியாக உடை அணிந்திருந்த ஒரு இளைஞர் ... அந்த வயது முதிர்ந்த தம்பதிகளை உபசரித்து பிரமாண்டமான இருக்கையில் அமரவைத்தார்....

அந்த இளஞரிடம் கைகுலுக்கியவாரே அந்த முதியவர் "நாங்கள் திடீரென எங்கள் நகரத்தை விட்டுப் புறப்பட்டதால் எந்த விடுதியிலும் அறைக்கு முன்பதிவு செய்ய முடியவில்லை...

ஆகவே எங்களுக்கு யாரும் தங்குவதற்கு அறை ஒதுக்க முன்வரவில்லை...நீங்களும் அந்த காரணத்தைச் சொல்லி மறுத்து விடாதீர்கள் நாங்கள் அதிகத் தொகை கொடுக்கத் தயாராக உள்ளோம்.."என்றார்...

"எங்கள் விதிப்படி முன்பதிவு செய்யாதவற்கு அறைகள் வழங்குவதில்லை....போதிலும் உங்கள் சூழ்நிலை கருதி நான் உங்களை எங்கள் விடுதி சார்பாக வரவேற்கின்றேன்......

நீங்கள் எங்களின் மதிப்புமிகு விருந்தாளிகளில் ஒருவர்..." என்று கூறிய இளைஞர் அவருக்கும் அவரது மனைவிக்கும் சுவையான தேநீர் கொடுத்து தங்குவதற்கு மிகவும் ஆடம்பரமான அறை கொடுத்து அவர்களை மகிழ்வித்தார்.

மேலும் அவர்களிடம் உரிய தொகையை மட்டுமே வாடகைக்காகப் பெற்றுக் கொண்டார்......

அந்த தம்பதிகள் அந்த விடுதியின் சிறப்பை அவர்கள் பதிவேட்டில் எழுதி அந்த இளஞரை வாழ்த்தினர்..."இது ஒரு சிறந்த விடுதிக்கான இலக்கணம்.." என்றனர்....

தங்கள் முகவரி அட்டையை அந்த இளஞரிடம் கொடுத்து விட்டு விடை பெற்றனர்....

மாதங்கள் பல சென்றன......அந்த இளைஞருக்கு ஒரு கடிதம் வந்தது.....அதில் அந்த வயதானவர் " தான் தனது நகரம் வந்து சேர்ந்தவுடன் அந்த விடுதி மாதிரி ஒரு சிறப்பான விடுதியை தனது ஊரிலும் அமைக்கவேண்டும் என்று ஆசைப்பட்டதாகவும் அதேபோல் கட்டி முடித்து விட்டதாகவும்....

அந்த விடுதியைப் பார்த்து ஏதாவது மாற்றங்கள் செய்யவேண்டியுள்ளனவா.. என்று கருத்து தெரிவிக்க வேண்டும்.... ஆகவே தாங்கள் வரமுடியுமா...? என்றும் வேண்டியிருந்தார்....

ஆனால் அந்த இளைஞருக்கு அந்த வயது முதிர்ந்தவர் பற்றி நினைவில் எதுவும் இல்லை..போதிலும் யாரோ வாடிக்கையாளர் விரும்புகிறார் போய் பார்த்து வருவதில் தவறில்லை என்று கருதி.....அங்கு சென்றார்......

அவரை உபசரித்த தம்பதிகள் அந்த மிகப் பிரமாண்ட விடுதியை இளைஞருக்குச் சுற்றிக் காட்டினார்கள்..பின்னர் அந்த இளைஞருக்குத் தேனீர் விருந்து கொடுத்தனர்....."இந்த விடுதி மிகவும் சிறப்பாக உள்ளது....... இதில் மாற்றங்களோ அல்லது வேறு கருத்துக்களோ சொல்வதற்கு ஒன்றும் இல்லை...இது ஒரு விடுதிக்கு உள்ள அத்தனை இலக்கணங்களையும் அடக்கி உள்ளது" என்றார் அந்த இளைஞர்.....மேலும் நான் பார்க்க

விரும்புவது உங்கள் மேலாண்மை அலுவலரைத்தான் என்றார்...அப்போது அந்த முதியவர் அந்த விடுதியின் உரிமையாளர் நீங்கள்தான் ...அவரை நீங்களே தேர்ந்து எடுத்துக் கொள்ளுங்கள்....... கடமையைச் சேவையாகச் செய்யும் உங்களுக்கு இது எங்களின் பரிசு என்றார் அந்த வயது முதிர்ந்த செல்வந்தர்.... "கடமையைச் செய்....... பலனை உடனே எதிர்பாராதே.." உனக்கு எப்போது கிடைக்க வேண்டுமோ அது அப்போது உனக்கு கிடைக்கும்.......!

உயிரியல் உனக்கு மூளையைக் கொடுக்கின்றது......உன் சிந்தனை உனக்கு வாழ்க்கையைக் கொடுக்கின்றது.... உன் வாழ்வு உன் சிந்தனையில்....

வாழ்க பாரதம்...! வளர்க பண்பாடு!!

"இரண்டு விசயங்கள்

எல்லையற்றது,

ஒன்று மனிதனின்

முட்டாள்தனங்கள். ...

இன்னொன்று பிரபஞ்சம்....

எனக்கு பிரபஞ்சம் பற்றி அவ்வளவு தீர்க்கமாகத் தெரியவில்லை...ஆனால் மனிதன்பற்றித் தெரியும்" என்கின்றார் ஆல்பர்ட் ஐன்ஸ்டீன்.

ஒரு செய்கையால் வரும் பின்விளைவுகளில் உன் மனதைச் சுழல விடாதே...அதன் மேல் உள்ள பற்றைத் துறந்து விடுவாயானால் உனக்கு அமைதி கிடைப்பது சத்யம்......மனிதன் வாழ்வு தத்துவ அமைப்பியலில் பின்னிப் பிணைந்துள்ளது..........தர்க்கம் பெரிதா...? அல்லது தத்துவம் பெரிதா...?

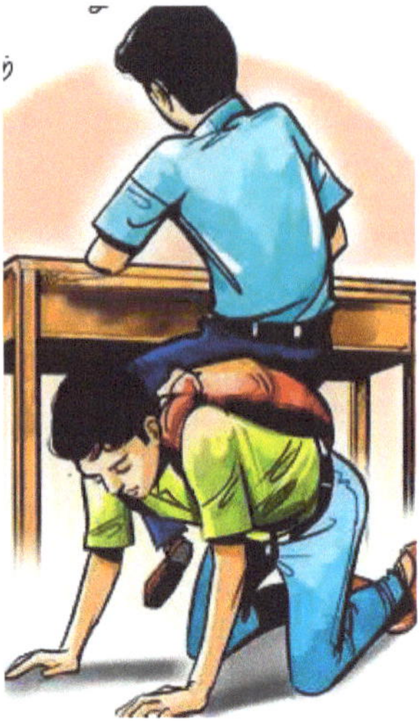

எதன் அடிப்படையில் மனித வாழ்வியலை அமைத்துக் கொள்வது.....? தர்க்கம் என்பது இடம்,பொருள், ஏவல் என்ற நிலையில் ..மாறக்கூடியது.....ஆனால் தத்துவம் அப்படியல்ல....

மனிதன் உருவாக்கிக் கொள்ளும் சட்டங்கள் தர்க்கத்தின் அடிப்படையிலா? அல்லது தத்துவத்தின் அடிப்படையிலா?

"கேள்விகளுக்கெல்லாம் சித்தாந்தம் விடைகளை அடக்கியது. கோட்பாடுகளின் மதிப்பினை சூழ்நிலைகளுக்கு ஏற்றார் போல் மாற்றிக் கொள்ளலாம்.... அதே சமயம் முற்றிலும் சமரசம் செய்து கொள்ளக் கூடாது". என்கிறார் ஜார்ஜ் பேக்கர் என்ற சிந்தனையாளர்.

தத்துவங்கள் அமைப்பியலின் அடிப்படையில் உருவாகின்றன.....தர்க்கங்கள் வழிமுறைகளைக் கையாள்கின்றன....இவைகள் இரண்டும் ஒன்றுக்குள் ஒன்றாக உருவானது...

ஒன்றினில் ஒன்றாக நிலையானது....ஒன்றை விட்டால் இன்னொன்றில் நிலையில்லாதது....... இவைகள் ஓரிடத்தில் இருக்கும்போது அங்கு தர்மம் தழைக்கும்.....

தத்துவங்கள் தர்க்கங்களின் வழிமுறைகளில் தோன்றினாலும்..நன்னெறிகள் மற்றும் நல்லொழுக்கத்தின் அடிப்படையில் உருவாக்கப்படுகின்றன....

இவை இரண்டின் தேவைகளை வலியுறுத்துகின்றன.....ஆன்மாக்களின் உணர்வுகள், ஆசைகள்,எண்ணங்கள் தத்துவங்களின் தேவைகளை உருவாக்குகின்றன.....

இவைகளைப் பற்றித் தத்துவப் பேரறிஞர் அரிஸ்டாட்டில் மிக ஆழமாகச் சிந்தித்து இருக்கிறார்....

மனிதன் சிந்திப்பவன் மட்டுமல்ல.....ஆசைகள் உள்ளவன்.... தேவைகளுக்காக இயற்கை விதிகளை மீறிச் செயல்பட வாய்ப்புக்களைப் பெற்றவன்.... அதற்குப் பயிற்சியும் பெற்றவன்.....

ஆதலால், தத்துவங்களும்,நன்நெறிகளும் காலம் காலமாய் போதனை என்ற பெயரில் வலியுறுத்தப்படுகின்றன......

ஆனால், விலங்குகள்,பறவைகள்,தாவரங்கள் போன்றவைகளுக்கு உயிர்கள் இருந்த போதிலும் அவைகளுக்கு மனிதனைப் போல் ஆசைகளோ...சிந்தனைகளோ கிடையாது...

அவைகள் உணர்வுகளுக்கு அடிமையாகி இயற்கை விதிகளை மீறுவது இல்லை..

அவைகளின் குணங்கள் நிர்ணயிக்கப்பட்டவை.... வெளிப்படையானவையும் கூட....

இவை கேள்வி ஞானத்தின் அடிப்படையில் கண்டறிந்த உண்மைகள் வழியாக சிந்திக்கப்பட்டு அறிவுறுத்தப்படுகின்றன....

இது போன்ற சிந்தனைகள் சித்தாந்தங்களாகவும் சமயங்களாகவும் பிற்காலத்தில் வடிவமைக்கப்பட்டன......

“சமயங்கள் தத்துவங்களில் வேறுபாடுகளைக் கொள்ளவில்லை...ஆனால் தத்துவங்களைச் சொல்லுகின்ற வழிமுறைகளில் மட்டுமே வேறுபாடுகள் கொண்டுள்ளன” என்கிறார் ரஷ்யாவில் பிறந்து அமெரிக்காவில் வாழ்ந்த பிரபல பெண் எழுத்தாளர் அயன் ரேண்ட் அவர்கள்......

அயன் ரேண்ட் அவர்கள்......ஒரு புறவியலாளர்....இவர் எழுதிய புத்தகங்கள் விற்பனையில் மட்டுமன்றி தத்துவங்களிலும் சிந்தனைகளிலும் சாதனை படைத்தவைகள்.....

அதில் பல குழப்பங்கள் இருந்தாலும் அவைகள் வினாவாகத் தொடுக்கப்படும்போது சாதுர்யமாக அதை நிருபித்து வாழ்ந்தவர் அந்த தலை சிறந்த எழுத்தாளர்....

" ஒரு தனி மனிதனின் பகுத்தறிவை, அல்லது நம்பிக்கைகளை, மற்றவர்களுக்காகத் தியாகம் செய்ய நிர்பந்திக்கக் கூடாது" என்கிறார்......

அதேபோல் "தாந்தோன்றித் தனமான சிந்தனைகளை யார்மீதும் திணிக்கக் கூடாது" என்றும் கூறுகிறார்....

.

ஏனென்றால் அவைகள் மெய்யாகவும் இருக்கலாம் அல்லது மாயையாகவும் இருக்கலாம்" என்று வியாக்கியானம் பேசுகிறார்....

"சமூக நன்நெறியில் நம்பிக்கையற்றவர்கள் சிந்திப்பதற்கும் அருகதையற்றவர்கள்" என்கிறார்.....

"ஒரு மனிதனுக்காகவோ..அல்லது சமூகத்திற்காகவோ இன்னொரு மனிதனைத் தியாகம் செய்ய வற்புறுத்தக் கூடாது" என்று மிகவும் ஆணித்தரமாக அயன் ரேண்ட் முழங்குகிறார்.....

அடுத்தவன் உழைப்பையும் கற்பனைத் திறனையும் திருடித் தனதாகக் காட்டிக் கொள்ளக் கூடாது என்று மேதாவிகளுக்கு அறிவுறுத்துகிறார்.

முதலாளித்துவத்தை பொருளாதாரத்தின் தேவதை என்றும் போற்றுகிறார் அந்த ரஷ்யப் பெண்மணி.......

இவர் வடதுருவமும் தென் துருவமும் சேர்ந்த ஒரு தத்துவக் கலவை என்று கூடக் கூறலாம்.... தனிமனித ஒழுக்கத்திலும் சமூக நன்நெறியிலும் நம்பிக்கை வைத்துள்ள இவர்.....

காரணமில்லாத மூட நம்பிக்கையைச் சாடுகிறார்....தனி மனித தியாகத்தையும் தேவையில்லை என்கிறார்...

தனி மனிதன் பொறுப்புள்ளவனாக இருந்தால் யாரும் யாரையும் அண்டிப் பிழைக்க வேண்டிய அவசியம் இல்லை போன்ற தொனிவைக் காட்டுகிறார்....

இவைகள் நமக்கு முரண்பாடாகத் தோன்றினாலும்...எதார்த்த நிலையில் இவைகள் வாழ்க்கையாக வாழப்படுகின்றன....

இதையேதான் "முதலாளித்துவத்தை முதலாளிகளிடமிருந்து காப்பாற்ற வேண்டும்" என்கிறார் பொருளாதார மேதை ரகுராம் ராஜன்.அப்படிச் செய்தால் அது லெனின் சொல்கின்ற

சமதர்ம கொள்கையாகிவிடும்...இப்படி ஒரே தத்துவத்தை....பல காரண காரியங்களோடு வேறு பட்ட மொழிகளில் தர்க்கமாக்கப் படுகின்றன.......அவை பல முறை மனிதனின் புரிதல் நிலையை குழப்பவும் செய்துவிடுகிறது...

ஒவ்வொரு நடவடிக்கையிலும் செயற்பாடுகளிலும் குறைபாடுகள் உள்ளது என்பதற்காக ஒருவன் கடமையாற்றுவதற்குத் தயங்கக் கூடாது....நெருப்பு என்று இருந்தால் புகை இருக்கத்தான் செய்யும் என்கிறது கீதை.....

இதன் பொருள் என்னவென்றால் கடமையை ஒருவன் செவ்வனே செய்தாக வேண்டும்....அதைக் காரணகாரியம் பேசி தவிர்க்காதே...அது தர்மம் அல்ல...

ஆக ஒவ்வொருமனிதனும் தன் கடமை என்னவென்று தெரிந்து கொள்ள வேண்டும் அல்லது தெரியவரும்போது புரிந்து கொள்ள வேண்டும்....அதைப் புரிந்து செயல்பட முயற்சிக்க வேண்டும்....கடமையைச் செவ்வனே செய்ய முற்படுவதுதான் ஒரு தனி மனிதனின் உரிமை என்ற தத்துவம் இதில் மறைந்துள்ள பொருளாகும்.

உரிமை என்ற பெயரில் ஆர்பாட்டம் பண்ணுவதோ அல்லது ஆடம்பரமாக வாழ்வதோ அல்லது அடுத்தவனின் நேரத்தை வீணடிப்பதோ அல்ல....

அல் ஹவிஜ் மாஷ்ரி தனது " விலங்குகளை காப்பதில் இஸ்லாமியர்களின் கடமை" என்ற புத்தகத்தில்"ஒரு மனிதனின் தேவையும் ஆசையும் அடுத்தவர்களின் வாழ்வியலைப் பறிப்பதாக இருக்கக் கூடாது' என்கிறார்....

புக்கியனேரி என்ற மற்றொரு எழுத்தாளர் கூறுகிறார்" ஒரு சமூகத்தின் முட்டாள் தனத்திற்கு எதிராகப் புரட்சியான கருத்துக்களை தனது படைப்பில் தெரிவிப்பது ஒரு கலைஞனின் உரிமை" என்கிறார்.

இது உரிமை என்று கூறுவதைவிட கலைஞனின் கடமை என்று சொல்வதுதான் பொருத்தமாகும்.

தன் கடமை எது என்று அறிந்துகொண்டு செயல்படுவது தர்மமா..?அல்லது தான் நினைப்பதைத் தர்மம் என்று பாவித்து செயல்படுவது கடமையா...?

கடமை என்பது இன்னொருபுறம் பொறுப்புணர்வின் மூலமே உணரப்படுகிறது......

ஆக கடமை,உரிமை என்பது ஒரு தனி மனிதனின் நெறிமுறைத் தத்துவத்தைப் பொறுத்தே உணரப்படுவதாகும்.

இதில் தியாகம் என்பது என்ன..? ......மனிதனாகப் பிறந்தவன் ஒவ்வொருவனும் கடமையாற்றும்போது தியாகம் என்ற சொல்லுக்கு விளக்கம் என்ன...?

தனக்கு உரிமையான ஒன்றை அடுத்தவர்களுக்காக விட்டுக்கொடுப்பது தியாகமா? அல்லது மக்கள் விடுதலைக்காகப் புரட்சி செய்யும்போது அதிகார வர்க்கத்தால் அடக்குமுறைக்கு ஆளாகிக் கைகால்களை இழப்பது தியாகமா?.....

பொறுப்புணர்வோடு சமூகக் கடமையாற்றுவது ஒரு தனி மனிதனின் உரிமையென்றால்.... தியாகம் என்பது என்ன? அது மனித குலத்திற்குத் தேவையா?

அப்படித் தேவையென்றால் அந்த தியாகத்தைச் செய்வது யார்? அவர்கள் மட்டும் ஏன் தியாகம் செய்ய வேண்டும்?. அந்த தியாகத்தால் பலனடைந்தோர்கள் மனதில் குற்ற உணர்வுகள் ஏற்பட வாய்ப்புள்ளதா..?

மற்றவனின் வெற்றிக்காக தன்னைத் தோற்றவனாக்கிக் கொள்வது தியாகமா?..அல்லது அறிவைப் பயன்படுத்தி உனக்கும் வெற்றி எனக்கும் வெற்றி என்று உரிமையோடு கடமையாற்றுபவன் செயல் சிறந்ததா.....?

மற்றவர்களின் நலனுக்காகத் தன்னை துன்புறுத்திக்கொள்வது தியாகம் என்றால்....அது இயலாமையின் வெளிப்பாடாகி விடாதா..?

பாரதப் போரில் கர்ணன் செய்தது தியாகமா..? அல்லது கடமையா?.......அதே போல் பீஷ்மர் செய்தது தியாகமா..? அல்லது கடமையா?.......

சிலுவையில் தொங்கிய ஜீஸஸ் செய்தது தியாகமா..? அல்லது கடமையா..?....... காந்தி செய்தது தியாகமா? அல்லது கடமையா..? ....

பகத் சிங்கும்,திருப்பூர்க் குமரனும் ,வ.உ.சிதம்பரம் பிள்ளையும் செய்தது தியாகமா..? கடமையா..?

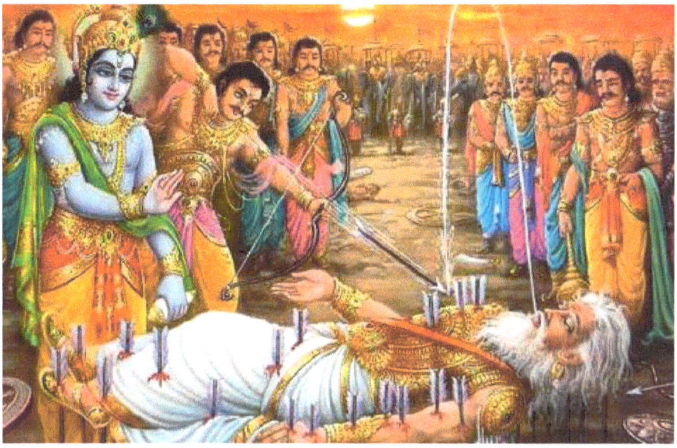

பொறுப்புணர்வோடு கடமை ஆற்றிய எந்த மனிதனும் தான் செய்தது தியாகம் என்று எக்காலத்திலும் ஏற்றுக் கொள்ளமாட்டான்.......!

'உரிமை என்பது கடமையைச் செய்பவன் மட்டுமே அனுபவிக்கக் கூடியது....அது ஒரு தனிமனிதன் மட்டுமே கோரமுடியும்....உரிமை என்பதைக் கூட்டமாகச் சென்று அனுபவிக்கக் கூடியது அன்று.." என்று கூறுகிறார் அமெரிக்க அரசியல்வாதி ரோன் பௌவ்ல் .

மனமறிந்து ஒன்றை இழக்க முற்பட்டால் அது தியாகம்...அறியாமல் ஒன்றை இழந்தால் அது ஏமாற்றம்...இது இப்படித்தான் நடக்க வேண்டும் என்று யார் முடிவெடுப்பது...?தத்துவத்தின் அடிப்படையிலா...?அல்லது தர்க்கத்தின் அடிப்படையிலா...?அல்லது தர்மத்தின் அடிப்படையிலா...?இதில் நீதி என்பது பெற்றுக்

கொள்ளக் கூடியது....நியாயம் என்பது வழங்கக் கூடியது...இவையிரண்டும் ஒரே நேரத்தில் நிகழவேண்டும்...அதுதான் தர்மம்..

நீதியைத் தேடுபவன் தன்னிடம் நியாயம் இருக்கின்றதா என்று தன்னை பரிசோதித்துக் கொண்டு செயல்பட வேண்டும்...

நீதியை வழங்குபவன் நியாயத்தின் அடிப்பைடயைப் போற்றுபவனுக்கு மட்டுமே வழங்கவேண்டும்.....இவை இருமுனைக் கத்தி போன்றது.....ஆனால் தர்மதின் துணையோடு செல்பவனுக்கு இது ஒரு மகிழ்ச்சியான ஆயுதமே...அகவியலுக்கும், புறவியலுக்கும் நடக்கும் விவாதம்தான் வாழ்வியல் முறை.....இரண்டின் கருப்பொருள் ஒன்றுக்குள் ஒன்றாக உருவானது....!

இப்பூவுலகில் பிறந்த எந்த ஜீவராசிக்கும் இழப்பதற்க்கு ஒன்றுமில்லை.....ஆனால் கடமை செய்வற்கு மட்டும்தான் அவர்களுக்கு உரிமை உண்டு...என்று மட்டும்தான் அகவியலும் புறவியலும் உரைக்கின்றன....இதையேதான் உலகில் உள்ள எல்லாச் சமயங்களும் உணர்த்துகின்றன......

“அறனறிந்து வெ்ஃகா அறிவுடையார்ச் சேரும்

திறனறிந்து ஆங்கே திரு”..

அறனெறி இதுவென அறிந்து...அவ்வாறு அறிந்ததினால் பிறர் பொருளை விரும்பாத அறிவுடையவனை... அவன் தகுதியறிந்து தர்மத்தைப் போற்றி வாழ்பவன் ....திருமகளின் செல்லப் பிள்ளையாக வாழ்வான்....என்கிறார். எல்லா சமய போதனைகளுக்கும் மேற்பட்ட வள்ளுவர்..! இதைப் புரிதலோடு சிந்திப்பதுவே பேரின்பம் காணும் செயலாகும்....மற்றதெல்லாம் வம்பு பேசி வீணாகும் அறியாமையே.....!

வாழ்க பாரதம்........! வளர்க பண்பாடு.....!

மாற்றிச் சிந்திப்போம்! மாற்றத்தை மகிழ்விக்கச் சிந்திப்போம்! -சன்னா.இரத்னவேல்

இதயத்திலிருந்து செய்யும் வேலை அத்தனையும் சமமான மதிப்புகள் பெற்றவை. மருத்துவமனையில்

தாதி மருந்து கட்டுவதும்,கழனியில் உழத்தி நாற்று நடுவதும்,மேடையில் பெண்மணி நடனம் புரிவதும்,ஒரு பேனாவிலிருந்து கவிதாயினி கவிதை வடிப்பதும்.நகைச்சுவை செய்து ஒரு நடிகை சிரிக்க வைப்பதும்....... ஆனால் அதற்காக கிடைக்கும் சன்மானங்களில் மிகப் பெரிய ஏமாற்றமும்,வேறுபாடுகளும் மனிதனின் உழைப்பை மதிப்பற்றவையாக நிர்ணயிகின்றன......

வருமானங்கள் பிரித்துத் தரப்பட வேண்டுமா...? அல்லது சம்பாதிக்கப்படுகின்றனவா....?

உலகத்தில் எங்கு பார்த்தாலும் வேலை கிடைப்பது மிகவும் கடினமாகவே கருதப்படுகின்றது....வாழ்க்கைக்கும் தொழிலுக்கும் என்ன தொடர்பு என்று நாம் வினா எழுப்பும்போது

நமது சிந்தனைகள் குழப்பங்களைப் பதில்களாகத் தருகின்றன....

தொழில் அல்லது வேலை என்பது வாழ்க்கையை உள்ளடக்கிய ஒன்று என்று தெளிவு சாதாரண பாமரனுக்குப் புரிந்த அளவு பட்டதாரிகளுக்குத் தெரிவதில்லை என்றுதான் தோன்றுகிறது....

பெரும்பாலும் பாமர மக்களின் சமூகத் தொடர்புகள் அவர்களுக்கு வேலைகளைத் தொடர்ந்து பெற்றுத் தருவதாகவே உள்ளது.....

ஒரு கிராமத்தில் சீராக வாழும் பாமர மக்களை உற்று நோக்கினால் இது புரிய வரும்.....

ஒருவர் பல தொழில் புரிபவராக அடையாளப்படுத்தப்படுவார் அல்லது யாராவது ஒரு முதலாளியிடம் தொடர்ந்து வேலை செய்பவராக இருப்பார்.....

அல்லது பக்கத்தில் உள்ள கிராமத்திலோ நகரத்திலோ ஏதாவது ஒரு தொழில் செய்பவராகவோ அல்லது தேவைக்கேற்றபடி தன் உழைப்பைப் பகிர்பவராகவோ இருப்பார்.... அவருக்குக் கிடைக்கும் கூலியில் வேறுபாடுகள் இருக்கக் கூடும்....

ஆனால் பல திசைகளிலிருந்து ஏதாவது ஒரு வேலையின் மூலம் அவருக்கு ஊதியம் கிடைத்துக்

கொண்டுதான் இருக்கும்

....

பலசமயம் அந்த தொழிலாளிக்காக வேலை கொடுப்பவர் காத்திருக்கும் சூழ்நிலைகளும் உண்டு....

இப்படி வேலைகள் பெருகி உள்ள நேரத்தில் பல பட்டதாரிகள் வேலையின் பாங்கை, அவர்களே நிர்ணயித்துக் கொண்டு..... வேறு வேலைக்குப் போகமாட்டேன் என்று பிடிவாதம் பிடிக்கும் நிலையில்..... வேலை இல்லாத் திண்டாட்டம் செயற்கையாக உருவாக்கப்படுகின்றன....

இதற்குக் காரணம்.....தேவையில்லாத கர்வம்...மக்களை ஆட்டிப்படைகின்றது.... இதற்கு நமது முதியவர்களின் சிந்தனையில் காலத்திற்கேற்ற மாற்றங்கள் இல்லாமலிருப்பதுவும்.......இளைஞர்கள் இப்படித்தான் இருக்க வேண்டும் என்ற எதிபார்ப்பும்... முக்கிய காரணங்களாகும்....

இந்த **கர்வத்தை** சமூகத்திற்குத் கற்றுத் தருவதற்கு ஊடகங்களும் தினந்தோறும் போட்டி போட்டு மேலும் வேலையில்லத்திண்டாட்டத்தை பெருக்கி வருகின்றன......

கர்வம் இல்லாத பாமரர்கள் தங்களுக்கு வேலை பற்றி முன் அனுபவம் இல்லாமல் இருந்த போதிலும், கிடைக்கும் வேலையைச் செய்யும்போது கற்கும் மனத்திறம் உள்ளதால் ....அவர்களுக்கு ஊதியம் ஓரளவு நிரந்தரமாகக் கிடைகின்றது.....

சிறுதொழில்களும் வணிகங்களும் பெருகி உள்ள நகரங்களில் எத்தனையோ வேலைகளுக்கு ஆள் பற்றாக்குறை இருப்பதை மக்கள் அறியாமல் இருக்கிறார்களா..? அல்லது அவைகளெல்லாம் வேலைகள் அல்ல என்று உதாசீனப்படுத்துகிறார்களா?...

நான் தேடும் வேலை இப்படித்தான் இருக்க வேண்டும் என்று சொல்லிக் கொண்டு வேலை இல்லாப் பட்டதாரியாக அலைபவன், வாழ்க்கையையும் வேலையையும் பிரித்து ...

வேலை என்ற பெயரில் ஒரு 'அந்தஸ்து' பெற்றுக் கொண்டு நாடகமாடிப் பிழைப்பதாகும்...அதில் சாதனை செய்தவன் போல் பாவனை செய்து தன்னை மட்டுமன்றி பிறரையும் ஏமாற்றும் போக்காகும்.....

அமெரிக்க இளம் அரசியல்வாதி மிக்கேல் பேச்மேன் ஒரு மாறுபட்ட கருத்தைக் கூறி உள்ளார்...."அரசாங்கங்கள் குறைந்தபட்ச ஊதியம் இவ்வளவுதான் இருக்க வேண்டும் என்ற சட்டம் இயற்றி உள்ளதால்தான் வேலையில்லாத் திண்டாட்டம் பெருகி உள்ளது....

ஆகவே இளைஞர்களும் அதைப் பின்பற்றி கிடைக்கும் வேலை வாய்ப்பைச் செய்ய மறுக்கின்றனர்....

இது அராசங்கமே உருவாக்கிக் கொள்ளும் செயற்கையான வேலை இல்லாத் திண்டாட்டம்..."என்கிறார்...

முன் அனுபவம் இல்லாமல் வேலைக்குப் போகும்போது ஊதியத்தைப் பெரிதாக நினைக்காமல் வாய்ப்பைப் போற்றிப் பழக வேண்டும்....

அப்போதுதான் பலவிதமான வேலை வாய்ப்பும் அனுபவங்களும் கிடைக்கும்.

ஒரு தனி மனிதன் தினமும் ஏதாவது ஒரு வேலையைச் செய்ய வேண்டும்...

அதன் ஊதியம் சிறியதாக இருந்தாலும் பரவாயில்லை என்ற எண்ணத்தை இளஞர்கள் மனதில் விதைக்க வேண்டும்.....

அப்போதுதான் வேலைகள் செய்யும் வழிமுறைகளில் புதுமைகள் உண்டாகும் வாய்ப்புக்கள் ஏற்படும்...இதனால் இளஞர்களின் தன்னம்பிக்கை பெருகும்....

ஆதலால் காலப்போக்கில் அவர்கள் ஒரு தொழில் அதிபராகும் வாய்ப்பும் உருவாகும்.....

எந்த வேலையாகினும் அதில் ஒரு பொதுத் தன்மை புதைந்துள்ளது.....ஒரு வேலையின் நோக்கம் என்ன..?.அதை எப்படி ஆரம்பிக்க வேண்டும்..? எதை நகர்த்த வேண்டும்.... ?

எப்படி முடிக்க வேண்டும்...?அதில் எப்படி பாதுகாப்பான முறைகளைக் கையாள வேண்டும்...? அதன் அசல்,செலவு,தீர்வை மற்றும் வருமானம்.....

போன்றவையின் மாறுதல்கள் அல்லது எல்லைகள்....இது எல்லாத் தொழில்களுக்கும் பொதுவான விதிதான்......

இதைப் புரிந்து கொண்ட மனிதர்கள்தான் இன்று உலகை ஆளும் தொழிலதிபர்கள்...இதில் பட்டம் பெற்றோர் மற்றும் பெறாதோர் என்று வேற்றுமை காணமுடியாது...

இவர்களில் பலர் ஆரம்ப காலங்களில் ஊதியம் இல்லாமலே பல வேலைகளை செய்தோர்கள்

என்பது அவர்களைப் படிக்கும் போது தெரிய வரும்....

அல்லது மிகக் குறைந்த ஊதியங்களில் வாழ்வைத் தொடங்கியவர்களாகவே இருப்பார்கள். படிப்பிற்கும் தொழிலுக்கும் அல்லது ஊதியத்திற்கும் தொடர்புகளை ஏற்படுத்தி தனக்கு வந்த வாய்ப்பை நழுவவிடாமல் பார்த்துக் கொண்டவர்கள்தாம் இன்றைய தொழில் சக்ரவர்த்திகளும், அரசர்களும் ஆவார்கள்...

மேலும் இது நடுத்தர மக்களுக்கும் பொருந்தும் விதியாகும்.....

இன்றைய சூழலில் அனைத்து இளைஞர்களும் அறிவியல் முன்னேற்றங்களின் தகவல் கடலில் தத்தளிப்பவர்கள்.....!

அது அவர்களுக்கு ஒருபுறம் ஆதரவானபோதும் மறுபுறம் அது பல மாற்றங்களைத் தொடர்ந்து தோற்றுவிப்பதால், குழப்பங்களையும் புரிதலில் சந்தேகங்களையும் தோற்றுவிக்கின்றன...

இளைஞர்கள் கேட்கும் கேள்விகளுக்கு பெரும்பாலும் சரியான பதில்கள் கிடைப்பதும் இல்லை..மாறாக புறக்கணிக்கப்படுகின்றனர்...

இதனால் வக்கிரங்களும் விரக்தியும் உடனே வெளிப்பாடுகளாகி அவர்கள் நடத்தைகள் சமூகத்தில் சிக்கல்களை உருவாக்குகின்றன...

அவைகள் வினோதமானவையாக இருப்பதால் முதியவர்களால் தீர்க்கப்பட முடியாத சூழ்நிலை எற்படுகின்றது.....

எதிர்கால தொழில்நுட்ப வளர்ச்சியாலும் கணினியின் ஆக்கிரமிப்பாலும் உலகம் பல வியப்பான புதுமைகளைப் படைக்கவிருக்கும் சூழலில் அரசியல் தலைவர்களும் கொள்கைகளை உருவாக்கும் அறிவாளிகளும் 'தொழில்...

அல்லது...வேலை என்பதற்கு புதிய அடையாளத்தையும் விளக்கத்தையும்

இளஞர்களுக்குச் சொல்லும் கட்டாயத்தில் உள்ளனர்...

இதை உணர்ந்த மேலை நாடுகள் ...."அடிப்படை விஞ்ஞானம்- பொறியியல் விஞ்ஞானம்-பொறியியல் கலை" போன்ற படிப்புகளின் அடிப்படையில் புதுமைகளைக் கண்டறிவது பற்றி கற்றுத் தர முனைந்துள்ளனர்...இதனால் ஒரு பட்டதாரி **துறை சாராத பட்டதாரியாக** முடியும்...இதனால் ஒரு பட்டதாரி எந்த துறையிலும் தடையின்றி வேலை பெறமுடியும்...

அதேபோல் சமூக தேவைக்கேற்றார் போல் புதுமைகள் தோன்றும்...சந்தை வணிகத்தின் மாறுதலுக்கு ஏற்றார்போல் தொழில்களை மாற்றிக் கொள்ளும் வல்லமைகளை இளைஞர்கள் பெறமுடியும்.

இதில் கற்கும் முறை வாழ்நாள் முழுக்க தேவைக்கேற்றார்போல் தொடரும்...அது இன்றைய கல்வி முறையை விட மிகவும் வேறுபட்டதாக அமையும்...

இது கணிக்கப்பட்ட எதிர்காலம் .... அதைப் புரிந்து கொண்டு மாறுதல்களை சந்திக்கத் தயாராகும் நிலையை நாம் உருவாக்க வேண்டும்....

எதிர் காலத்தில் ஒருதுறை சார்ந்த படிப்பை விட...அவர்கள் தெரிந்து கொள்ள வேண்டியது..இவைகளாகவே இருக்கும் என்று நம்பப்படுகின்றது......ஆராய்ச்சி செய்யும் வழிமுறைகள்,.....எதிர்காலத்தில் நிகழும் தொழில்நுட்ப மாறுதல்களை கணிக்கும் வழி முறைகள்,

இருக்கும் தொழில் நுட்பங்களில் புதுமைகளைப் புகுத்தி மாற்றங்களைப் புரியும் திறன்.....மற்றும்..........படைபாற்றலை வளர்த்துக் கொள்ளும் திறமை..
போன்ற கல்வி அத்தியாயங்கள் மிக அத்தியாவசியமானவை...

நிச்சயம் ஆசிரியர்களும் பேராசிரியர்களும் வித்தியாசமான வழிமுறைகளில் போதிக்க வேண்டிய சூழ்நிலை தோன்றும்...

போதனை முறையில் தொழில் நுட்பம் மேலோங்கிக் காணப்படும்.......

மேலும் ஒரு இளைஞன் தான் நினைத்தபோது கற்றலை மேற்கொள்ளும் சௌகரியம் கிடைக்கும்....

தினந்தோறும் ஒரு சில மணி நேரம் ஏதாவது ஒரு வேலை செய்து சம்பாதிக்கும் மனநிலையைப் பெறுவார்கள் .... அதை விரும்பிச் செய்யும் சூழ்நிலை ஏற்படும்....

ஐநூறு பேர் வேலை செய்யும் நிறுவனங்கள், ஐந்திலிருந்து பத்துப் பேர் வேலை செய்யும் நிறுவனங்களாகி அனைவரும் தொழில்முனைவோராகும் வாய்ப்புக்கள் உருவாகும்....

வேலை நேரங்கள் குறைந்தாலும் உற்பத்தியில் வளர்ச்சிகள் பெருகும்...

அடிக்கடி புதுமையான வேலையை நாடிச் செல்லும் மனப்பான்மையும் உருவாகும்.....
ஒரே வேலையைச் செய்து வாழ்க்கையில் பொலிவிழக்கும் நிலை தோன்றாது.....

இதை, இந்த நாடு காண விரும்பினால்...நாம் ஒவ்வொருவரும் மாற்றத்திற்கு ஏற்றாற்போல் மாறும் மனப்பான்மை கொள்ளவேண்டும்....அப்படி மாறினாலும் மனிதம் மாறாத பண்பு கொள்ள வேண்டும்...வல்லரசு கனவு போய் நல்லரசு தேடும் பண்பு வளர வேண்டும்...

நமது இளைஞர்களிடம் அறிவு இருக்கின்றது......

முதியவர்களிடம் அனுபவம் இருக்கின்றது இதை எப்படி மென்மையாகப் பின்னுவது என்பதை இன்று யோசிக்க வேண்டும்....

உலகத்திலேயே அதிக இளைஞர்களைக் கொண்ட நாடாக மாறிவரும் பாரததேசம் அவர்களின் கனவுகளை நிறைவேற்றும் பொறுப்பை அவர்களிடம் ஒப்படைக்க வேண்டும்.....இதில் உள்ள சூட்சுமம் இதுதான்.....

இளைஞர்களைக் கையாளும்போது அவர்களின் சுயகௌரவங்களைப் போற்றப் பழகுங்கள்.... .

அவர்கள் செல்லும் வழியில் முட்களை எறியாமல் மலர்களைப் பரப்புங்கள்....எப்போது தவறு செய்வார்கள் நாம் கைதட்டி சிரிக்கலாம் என்று எண்ணாமல்...

தவறுகள் நேரும்போது அவர்கள் கைகளைப் பற்றி முத்தமிடுங்கள்.....உங்கள் கண்கள் முன்னே முதியோர் இல்லங்கள் மூடப்படும்..... வாழ்வியலைக் கூறுங்கள் ..வழிமுறைகளைத் திணிக்காதீர்கள்....

கண்ணில் கடைப் பார்வை காட்டுங்கள்...மண்ணில் அவர்களுக்கு மாமலையும் கடுகாவதைப் பார்த்து மகிழுங்கள்....

ஸ்டெப்னி மேயர் என்ற பெண் கவிஞர்... "நான் இரவுகளை நேசிப்பதற்குக் காரணம்....... கனவு காண்பதற்காகமட்டுமல்ல... இருளில்தான் லட்சக்கணக்கான விண்மீன்கள் ஜொலிப்பதைக் காணமுடிகிறது....." என்கிறார்.....

.முதியவர்கள் ஒளிபெருக்கும் பகலாக இருக்கலாம்...ஆனால் நீங்கள் இருளாக நினைக்கும் இளைஞர்கள்... முதியவர்களை உறங்கவைக்கும் நிழல்கள்....அவர்கள் நிஜங்களாக மாறுவது உங்கள் எண்ணங்களில் உதயமாகும் அவர்களைப் பற்றிய புரிதல்கள்தான்....!

வாழ்க பாரதம்..! வளர்க பண்பாடு....!!

"பாதிக்கப்பட்டவர்கள் சீற்றம் அடையும்வரை நியாயங்கள் வழங்கப்படுவதில்லை...." என்கின்றார் பெஞ்சமின் ஃபிரங்க்ளின்

.

ஒரு அநியாயத்தைத் தட்டிக் கேட்கவில்லை என்றால் நாம் அதற்குத் துணை போகிறோம் என்றுதான் பொருளாகும்...

ஒரு செயல் நம் கண்முன்னே நடக்கும் போது, அல்லது கேள்விப்படும்போது, அது அநியாயம்தான் என்று நமக்கு எப்படித் தெரியும்...?

அப்படித் தெரிந்தால் எப்படித் தட்டிக் கேட்பது....?அப்படித் தட்டிக் கேட்கும் செயல் மற்றவர்களால் தவறாகப் புரிந்து கொள்ளப்படும்போது ..

எப்படி அதைப் புரியவைப்பது....? போன்றவைகள் கேள்விகளாக நம் மனதிலே எழுகின்றது.....!

'மனிதன் என்பவன் நல்லவனாகவே இருக்கின்றான்...ஆனால் மனிதர்கள் நல்லவர்களாக இருப்பதில்லை'என்று ஒரு பொன்மொழி உண்டு.....

அதற்குக் காரணம் ஒருதனி மனிதன் சோகமான நிகழ்வுகளைத் திரைப்படமாகப் பார்க்கும் போது அல்லது படிக்கும் போது......

அவன் கண்களில் அல்லது மனதில் ஒரு கருணையுடன் கலந்த கண்ணீர் துளிர்விடும்....அவன் மனச்சாட்சி அதற்குப் பரிகாரம் சொல்ல முற்படும்...

ஆனால் அதே நிகழ்வு அவன் சார்ந்த சூழ்நிலையில்...அவன் அங்கம் வகிக்கும் சமூகத்தில் நிகழும் போது...,

அவன் மனதின் நிலை முரண்பாடக மாறுபட வாய்ப்புண்டு.

எது சரி?, தவறு? என்று முடிவு செய்யும் பொறுப்பு அவன் கைகளில் இல்லாதபோது........எடுப்பார் கைப்பிள்ளையாய் அவன் மனது வசப்பட்டு விடுகின்றது..அங்கு நியாயம் எது...? அநியாயம் எது....? என்ற குழப்பத்தில் தத்தளிக்க வேண்டிய சூழ்நிலையில் மனது தள்ளாடுகின்றது.... இதற்குக் காரணம் சூழ்நிலை காரணமாக ஏற்படும் சார்பு நிலையாகும்.

அங்கு அவன் வாழ்வு... அந்தஸ்து அல்லது பதவி..எதைச் சார்ந்து செல்கின்றதோ அதை சார்ந்து இயங்க முற்படுகின்கின்றான்...நியாயம் எது.....? அநியாயம் எது..? என்று யோசிக்கும் நிலையில் அவன் இல்லை.

ஆனால் அவனைப் பொறுத்த மட்டும் நல்லவன்.... என்று மனதைத் தட்டிக் கொடுத்துக் கொள்கின்றான்....!

'மனிதர்கள் பாவத்தைச் செய்வார்கள்; தவறான முடிவை அறிவிப்பார்கள்....அதற்காக அவர்கள்

தீயவர்கள் அல்லர்' என்கிறார் சோனியா சோட்டோ மேயர் என்ற பெண் எழுத்தாளர்...

"அநீதியைத் தடுக்க நமக்கு அதிகாரமில்லாமல் இருக்கலாம்.....ஆனால் அவைகள் தொடரும்போது, நாம் அதை எதிர்த்து குரல் கொடுத்துத்தான் ஆக வேண்டும்". என்கின்றார் எலீ வீசல் என்ற உரோமானியாவில் பிறந்து அமெரிக்காவில் வாழ்ந்த எழுத்தாளர்.

மனச் சாட்சி உள்ளவன், பகுத்தறிவு உள்ளவன்.......சார்புநிலைக்கு உடன்படாதவன், தர்மத்திற்கு முரண்பாடாக செயல்பட முடியாத போது.....! அதர்மத்திற்கு எதிராகப் போராட தலைமையேற்கிறான்...!.அவன் எழுந்து நிற்கின்றான்...! நியாயம் கேட்டு குரல் எழுப்புகின்றான்...!விழிப்புணர்வு அற்றவர்களுக்கு விளக்கம் தருகின்றான்....!

அப்போது,இவன் போன்றோர்களுக்கு உறுதுணையாகச் சிலரும், முரண்பாடு கொண்டோராகச் சிலரும் எது நியாயம் ...?தர்மம்..? என்று அவரவர் அறிவுக்குட்பட்டு நீதிமன்றங்களில் விளக்கமளிக்கிறார்கள்.....அதில் தெளிவு பிறந்து தர்மத்தின் அடிப்படையில் சாட்சிகளின் அடிப்படையில்...சரி ...தவறு என்று தரம் பிரித்து முடிவெடுத்து தீர்ப்புக்கள் வெளியிடப்படுகின்றது.....இங்குதான் பிரச்சனைகளும் ஆரம்பிக்கின்றன....

நியாயம் என்றால் என்ன..? நீதி என்றால் என்ன...?தர்மம் என்றால் என்ன..? எல்லோருக்கும் ஒரே தரத்துடனும்,குணத்துடனும் வழங்கப்படுகிறதா...? தீர்ப்பு....,என்பது அதைக் கையாளும் மனிதனுக்கு மனிதன் வேறுபாடுகளுடன் அமையும் வாய்ப்புள்ளது என்றால்....நீதியின் தரம்

எப்படி நிர்ணயிக்கப்படுகின்றது....? வழியில்லாமல் சூழ்நிலையின் கட்டாயத்தால் ஏற்றுக் கொள்ளப்படுவதுதான் நீதியா.....?அப்படி மழுங்கிப் போவது தர்மமா....? 'ஒரு நல்ல தீர்ப்பு என்பது அனுபவத்தின் மூலம் மட்டுமே உண்டாக்க முடியும்.....அனுபவத்தை ஒரு மோசமான தீர்ப்பின் வழியாக மட்டுமே பெற முடியும்' என்கின்றார் கோ கோ சன்னல் என்ற பிரான்சு நாட்டின் பெண் சிந்தனையாளர்

சோனியா சோட்டோமேயர் மேலும் கூறுகின்றார்...'அறிவு-ஞானம் போன்றவை, வாழ்க்கை அனுபவத்தின் அடிப்படையில் கட்டப்பட்டிருந்தாலும் மனித இனம் நடந்து வந்த பாதையைத் திரும்பிப் பார்க்கும்போது அவைகள் போலியானவைகளாகவே தோன்றுகின்றது...'

மனிதர்கள் தங்களை அறிவாளிகளாகத் தெரிவு செய்வற்கு நாணல் போல் வளையும் சட்டத்தைப் பயன்படுத்துகிறார்கள்....."சட்டம் ஒரு இருட்டறை

அதில் வழக்குரைஞரின் வாதம் ஒரு விளக்கு போன்றது.." என்றார் பேரறிஞர் அண்ணா.....

வழக்குரைஞர் விளக்கின் வெளிச்சத்தில்தான் நிற்கின்றார்......,

ஆனால் நீதிபதி ஒளிக் கீற்றுக்கடியில் தவழும் இருளில் அல்லவா நிற்க வேண்டியுள்ளது....?.கடைசியில் மனிதன் தனது அறிவாற்றலை எதற்குப் பயன்படுத்துகிறான்.....?

போலிகளை உண்மையானவை என்று நிரூபிக்கின்றான்....ஆதலால் அவன் ஞானத்தின் ஒளிக் கீற்று என்று போற்றப்படுகிறான்.. நியாயத்திற்கு எதிராகச் செயல் பட்டவன் என்று தெரிந்தும்... தர்மத்தை மறைத்து எழுந்த வாதத்

திறமையை பாராட்டும் பாமரன்.....தன்னையும் அந்த வழியில் இணைத்துக் கொள்கின்றான்.....

ஆதலால் தன்னையும் அறிவாளி போல் பாவித்து நீதிக்குப் புறம்பாகச் செயல்பட முற்படுகின்றான்.....

சமூகத்தில் தர்மத்தின் வழி செல்பவர்கள்...நீதியைக் காக்க முற்படுகிறவர்கள் கோழைகளாகச் சித்தரிக்கப்படுகின்றனர்....

'தற்கால மனிதர்கள், சத்தியத்தைக் கடைப்பிடிப்பதைத் தவிர்த்து விட்டு சத்தியவான்கள் போல் நடிப்பதையே பெருமையாக நினைக்கின்றார்கள்....

இதனால் உண்மையான சத்யவான்கள் ஏன் பிறந்தார்கள் என்று நினைக்கத் தோன்றுகிறது'.என்கிறார் அமெரிக்காவின் இளம் எழுத்தாளர் கிர்ஸ் ஜிம்மி.

ஆக மனிதன் பசுந்தோல் போர்த்தி பயிற்சி எடுத்துக் கொள்வதை இன்று தொழில் நேர்த்தி என்று கூறிக் கொள்கிறான்.

அச்சுப் போல் ஒரே தவறைச் செய்த இருவருக்கு , ஒருவனுக்குத் தண்டனையும் மற்றவனுக்கு விடுதலையும் கிடைப்பதேன்.....?

இதனால் மனதில் பல வினாக்கள் எழுகின்றன....!

நாம் கேட்கும் இந்த நீதியும்...நாம் எதிர்பார்க்கும் நியாயமும்..தர்மமும்...எங்கு வரையரை செய்யப்படுகின்றது......?

இவைகள் எங்கு கற்றுத் தரப்படுகின்றன....? இதன் அடிப்படை என்ன..? இதை தீர்மானிப்பது கடவுளா..? அல்லது மனிதனா..? அமைப்புவியல் விதியின் கீழ் முடிவெடுக்கப்படுகின்றதா...? அல்லது இயற்கையான வாழ்வியலின் அடிப்படையில் தர்மம் காக்கப்படுகின்றதா...?

எல்லாவற்றையும் மனிதன், தானே செய்து கொள்ள வேண்டியது...

மனிதனின் மனதும், அணுகும் முறையும் நியாயத்தை வழங்கும்போது இயந்திரம்போல் ஒரே மதிரியான தீர்ப்பினை வழங்க முடியுமா..?

"அமைப்புவியலின் அடிப்படையில், மனிதர்களின் மனது இயந்திரம் போல் சீராக வரையறுக்கப்படாத மென்பொருள்.....

அதில் சார்பு நிலைகளும்..குழப்பங்களும் மனிதனை சரியான முடிவுகளை எடுக்க அனுமதிப்பதில்லை.." என்கின்றார் புகழ் பெற்ற அமைப்புவியல் பேராசிரியர் ஜே.என்.வார்ஃபீல்டு

இந்த நிலையில் தீர்ப்பு என்பது என்ன......? அந்த முடிவு....தர்மத்தின் அடிப்படையில்

சொல்லப்பட்டதா..? நியாயத்தின்பால் செயல்பட்டதா...? அதை எப்படிச் சரியானவை என்று போற்றுவது..?

**ஓர்ந்துகண் ணோடாது இறைபுரிந்து யார்மாட்டும்
தேர்ந்துசெய் வஃதே முறை.**

தாட்சண்யம் இல்லாமல் நடுநிலையோடு வழங்குவதே நீதி என்கிறார் வள்ளுவப் பெருந்தகை

பதில் இதுதான்....."முரண்பட்டவர்கள் அனைவரும் போற்றி ஒத்த மனதுடன் ஏற்றுக் கொள்வதுவே ஒரு நல்ல தீர்ப்பு ஆகும்"......இது சாத்தியமா...?

மனிதன் என்பவன் தர்மத்தின் அடிப்படையில் செயல்படும்போது இது சாத்தியமே.....தீர்வு என்பது தெளிவின் நிலை....தெளிவு என்பது தர்மத்தின் அடிப்படையில் சத்தியத்தை அடைவது......

"உண்மைகள் பல; ஆனால் வாய்மை என்பது ஒன்றுதான்" என்கிறார் ரவீந்திரநாத் தாகூர். அதாவது, உண்மையென்பது கத்தைகளாகக் கிடைக்கும் காகிதங்கள் போன்றது...ஆனால் வாய்மை என்பது இயற்கையான வைரத்தின் ஒளி போன்றது ....

ஆகவே, இங்கு உண்மை என்ற பெயரில் காகித ஜோடனைகள் உருவாக்கபடுவது நீதிமான்களின் அறிவாற்றலாகவும் திறமையாகவும் கருதப்படுகின்றது....

அநியாயங்களை நுண்ணிய முறையில் ஆராய்ந்து, .ஊடகங்களும்...பத்திரிக்கைகளும் விழிப்புணர்வு ஏற்படுத்தி, நீதியைக் கையாளும் அரசு இயந்திரங்களை வழிநடத்துவதைத் தவிர்த்து......., இவர்களும் சார்பு நிலைகளைக் கையாள்வதால் நீதி தேவதையின் கண்களை மென்மேலும் இறுக்கிக் கட்டி பார்வையிழக்க வைக்கும் சூழ்நிலைகளே பெருகி வருகின்றன. இதற்கெல்லாம் காரணம் அரசியல்வாதிகள்....அதிகாரிகள்..பணபலம் பெற்றோர் என்றெல்லாம் போலி நாடகம் போட்டு ஊடகங்களும்...இதழியலாளர்களும் தங்களையும் நியாயம் கேட்கும் நீதிமான்களாகக் காட்சி தருகின்றனர்....இதற்கெல்லாம் பொறுப்பு...,

இவர்களை உருவாக்கும் பாமர மனிதன்தான்...சாமன்ய மனிதன்தான் என்பது எல்லோர்க்கும் தெரியும்.....

நீதியையும் நியாயத்தையும் கண்போல் காக்கும் கடமை ஆளுபவர்களுக்குத்தான் உண்டு.... இவர்கள் தானாக முளைத்து வந்து அதிகாரத்தைப் பிடித்தவர்கள் அல்ல.....ஒரு ஜனநாயக நாட்டில்,சாமான்ய மனிதன் கையில் உள்ள வாக்கு என்னும் மாய மோதிரம் உருவாக்கும் மன்னர்கள்தான் இவர்கள்.

தர்மத்தின் அடிப்படையில்,தெளிவான சிந்தனையோடு ,கடமை உணர்வோடு, வாக்குரிமையைக் கையாளும் போது....நல்லவர்கள் நானிலத்தை ஆட்சி செய்யும் வாய்ப்புள்ளது..... அப்போது நீதி நிலைநிறுத்தப்படும்.....

**எண்பதத்தான் ஓரா முறைசெய்யா மன்னவன்
தண்பதத்தான் தானே கெடும்.**

நியாயத்தை வழங்காத மன்னன் அழிவதற்கு பகைவன் தேவை இல்லை....அவன் தானே அழிந்திடுவான்......என்கிறது குறள்.

ஆள்பவர்கள் இதைப் புரிந்து செயல்படுகிறார்களா...?.... இல்லை.

மாறாக....வாக்குரிமையை விலைக்கு விற்கும் பண்டமாக குடிமக்கள் கருதுவதால்தான்.... ஆளுபவர்களால் சுரண்டப்படுகிறார்கள்....சமூக நீதி தூறையாடப்படுகின்றது..! சமூகக் கடமையில் சாமான்யன் தவறும்போது........

நீதி என்ன மரத்தில் காய்க்கும் மாங்காயா....?பருவ காலத்தில் காய்த்து தொங்குவதற்கு....?

தேர்தல் காலங்களில் இந்த சாமன்யன் தாங்கி நிற்கும் நவீன ஆயுதம்தான் வாக்குச் சீட்டு.......!

அணு ஆயுதங்களை விடக் கொடியது பாமரனின் கையில் உள்ள வாக்குச் சீட்டு என்று நிரூபித்து, மார்தட்டிக் கொள்கிறான்........ இவன் ,நீதியையும், நியாயத்தையும்...நிலை நாட்டும் வல்லமை கொண்டவன்.....

அவன் சிந்திக்க மறுத்து, தவறுகளை மட்டுமே வாழ்வியல் முறைகளாகக் கொண்டோரைத் தேடிப்பிடித்து, தேர்வு செய்யும் வழக்கத்தில் மாட்டிக் கொண்டுள்ளான்.

வாக்குரிமையை மிகவும் கேவலமாகக் கையாளும் இவன், தீவிரவாதியை விடக் கொடியவன்.....!

இந்நிலையில்...., நீதி என்பதும்....நியாயம் என்பதும் சூதாட்டத்தில் கிடைக்கும் பரிசு
அல்ல....வேட்டையாடிக் கிடைக்கும் மாமிசம்
அல்ல...ஏமாந்தவனிடமிருந்து கவரும் பொருள்
அல்ல....வாதத் திறமையால் கிடைக்கும்
வெற்றியுமல்ல...அது மனிதனுக்கு மனிதன் பகிர்ந்து கொள்ளும் தர்மம்.....

மனிதன் இதைப் புரிந்து என்று தர்மத்தின் அடிப்படையில் அரசியல்வாதிகளையும்.....அதிகார வர்க்கத்தையும்.......அடையாளம் காண்கின்றானோ........ அன்றுதான், நாம் நம்பிக்கையோடு,ஒருவருக்கொருவர் நியாயத்தை வழங்கிக் கொள்ள முடியும்......அதுவரையில்....கானல் நீராகவே நியாயம் தூரத்தில் நின்று நடனம் புரியும்...!அருகில் செல்லும்போது அது மறைந்து விடும்......!

வாழ்க பாரதம்....! வளர்க பண்பாடு!!

மாற்றிச் சிந்திப்போம்! மாற்றத்தை மகிழ்விக்கச் சிந்திப்போம்!

-சன்னா.இரத்னவேல்

'உண்மை,தூய்மை,சுயநலமின்மை' ....

தீயதை "பார்க்காதே..பேசாதே...செய்யாதே..'

'கடமை கண்ணியம் கட்டுப்பாடு.....'

விஞ்ஞானிகளுக்கும் ஞானிகளுக்கும் வேறுபாடுகள் உள்ளன.....ஒரு நாடு அல்லது சமூகம் செழுமையடைய விஞ்ஞானிகள் தேவையா...? அல்லது ஞானிகள் தேவையா..?

சமூக வளர்ச்சிக்கும் முன்னேற்றத்திற்கும் செழுமைக்கும் இவர்களெல்லாம் அளிக்கும் தார்மீகமான பங்களிப்பென்ன..? சிந்தனைகளுக்கும் முன்னேற்றத்திற்கும் உள்ள தொடர்புதான் என்ன....?

ஒரு சமூகத்தின் வளர்ச்சியென்பது அவர்களின் உற்பத்தியின் திறனைச் சார்ந்ததா? அல்லது விநியோகத்தைச் சார்ந்ததா? அல்லது சமூக நீதியைச் சார்ந்ததா...? இதைச் சிந்தனை செய்தவர்கள் யார்..? இந்த கேள்விகளுக்கு விடை காண்பது மிகவும் சுலபமானதல்ல...போதிலும் அதை ஆராய்வது தவறும் அல்ல...

அறிவியலை யாசிக்கும் விஞ்ஞானிகளுக்கும் சமூகத்தை யோசிக்கும் அரசியல்வாதிகளுக்கும்.....

ஆன்மாவை நேசிக்கும் ஆன்மிகவாதிகளுக்கும்...உள்ள தொடர்புகளை இன்றைய சமூகம் ஒருங்கிணைத்து வடிவமைத்துள்ளதா...?

இதைச் சார்ந்த சிந்தனையாளர்களின் அணுகுமுறைகளும் விளைவுகளும்,தாக்கங்களையும், முரண்பாடுகளையும் பரிசீலனை செய்வது சற்று கடினமானதே.......

முன்னேற்றம், வளர்ச்சி,நாகரீகம் என்பதில் மஹாத்மா காந்தி ஒரு வெறுப்பான கருத்துக்களைக் கொண்டவராக இருந்த போதிலும்....

சமூக அமைப்புவியல் கட்டுமானங்களிலும் பழமையைத்தான் போற்றி பிரச்சாரம் செய்தவர்.

மேற்போக்காகவும் குத்து மதிப்பாகவும் சிந்தனை செய்பவர்களுக்கு அவர் சொன்ன கருத்துக்களில் புதைந்துள்ள நுணுக்கத்தை அறியமுடியாமல் போகிறது என்பதும் உண்மையாகவே உள்ளது....

சமூகம் செழிப்பாக வாழ வேண்டும் என்று அவர் விரும்பியது சந்தேகத்திற்கு அப்பாற்பட்டது....அதேபோல் மற்ற சிந்தனையாளர்கள், காந்தி பயன்படுத்திய வாதங்களில் "செழுமை" என்ற சொல்லுக்குப் பதிலாக "முன்னேற்றம் அல்லது வளர்ச்சி" என்ற சொற்களைப் பயன்படுத்துவதால் சிக்கல்கள் முளைக்க ஆரம்பித்தன....

சமூக"முன்னேற்றம்" என்ற சொல்லுக்கும் 'செழுமையான சமூகம்" என்ற சொல்லுக்கும் முரண்பாடுகள் உண்டு......மக்களின் தேவைகளைப் பூர்த்தி செய்யும்போது நவீன தொழில் நுட்பங்களையும் புதிய வழிமுறைகளையும் கையாள்வது இன்றியமையானது....

அப்படிப் புதுமைகள் சமூகத்தில் ஊடுருவுவது காலத்தின் கட்டாயமாகிப் போனது. இந்தச் சூழலில் காந்தியம் மாட்டிக் கொண்டது உண்மைதான்......

"பழமையில் நல்லவற்றைப் பேணுவோம்...புதுமை என்ற பெயரில் கண்ட தீமைகளையெல்லாம் கட்டியணைக்கக் கூடாது.." என்று காந்தியத்திற்கு புத்துரை வகுத்த புத்திளங்காந்தி தென்னக காந்தி அறிஞர் அண்ணா அவர்கள் என்பதை பலர் அறியாமல் இருக்க வாய்ப்புண்டு....

சுவாமி விவேகானந்தர்" உயரமான நீர் நிலையிலிருந்துதான் பள்ளத்தில் உள்ள பயிர்களுக்கு தண்ணீர் வரும். அவ்வாறு தண்ணீர் கீழே உருண்டோடி வரும் போது புழுதிகளும் அழுக்குகளும் சேர்ந்தே வரும்.....

ஏனென்றால் அவைகள் நம்மிடம் இருந்து பிரிக்க முடியாதவை...போதிலும் அவைகளைக் களைந்து வாழப் பழகும் சக்தியை மனவளம் மூலம் பெற்றுக் கொள்ள முடியும்" என்றார்.

இந்த மூன்று தத்துவவாதிகளின் சிந்தனைகள் ஒரு தெளிந்த நீரோடை போன்றது ...ஒரு தனி மனிதனின் வாழ்வை கண்ணியமிக்கதாக மாற்றுவதற்கும்,

ஒரு செழுமையான சமூகத்தை உருவாக்குவதற்கும் தொடர்ந்து, வாழ்நாள் இறுதிவரைத் தீர்க்கமாகச் சிந்தித்த ஞானிகள்.

அறிஞர் அண்ணா ஒரு அரசியல்வாதி...சுவாமி விவேகானந்தர் ஒரு ஆன்மிகவாதி இவர்கள் இருவரையும் இணைப்பவர் மஹாத்மா காந்தி....

அவர்தான் ஆன்மிகத்தையும் அரசியலையும் போற்றி சிந்தனை செய்தவர்....

இடம் பொருள் ஏவல் சூழ்நிலைகளால் அவர்கள் வாழ்ந்த தளங்கள் வேறுபட்டாலும் அவர்கள் சிந்தனைகள் அனைத்தும் தனி மனித முன்னேற்றத்திற்காகவும் சமூகத்தின் மேம்பாட்டிற்காகவுமே இருந்தன....

ஆனால் அவர் வழி நடக்கும் தொண்டர்கள் அவர்களை வெவ்வேறு தளங்களில் வைத்து பூஜிப்பதால்....இவர்களின் தத்துவங்கள் தடம் புரண்டு தள்ளாடுகின்றன...

காரணம், அமைப்புவியலின் அடிப்படையில் இவர்கள் சிந்தனைகளை அடுத்த கட்டத்திற்கு எடுத்துச் செல்லத் தவறியதால், சிந்தனையாளர்களின் நோக்கங்கள் சிதறடிக்கப்பட்டும், தோற்கடிக்கப்பட்டும் வருகின்றன என்பது நிதர்சனமே.

"நாம் சிந்தனை செய்வதால்தான் உலகம் மாறிக் கொண்டிருகின்றது....சிந்தனைகள் முடக்கப்பட்டு

விட்டால்...உலகம் மாறிவருவதும் முடக்கப்படும்..." என்கின்றார் ஆல்பர்ட் ஐன்ஸ்டீன்....

காந்தியடிகளின் நவீன எதிர்ப்பு மற்றும் பழமை வாதச் சிந்தனைகள், உலகமயமாக்கலில் ஊறிப் போயிருக்கும் பொருளாதார நிபுணர்களுக்கு ஒரு குழப்பத்தைக் கொடுக்கும் விசயமாயிருக்கின்றது...

"நவீனமான தொழில் நுட்பங்கள் நமது வேலைவய்ப்புக்களை மாற்றியமைக்கும் தன்மை கொண்டது மட்டுமன்றி மனிதர்களைப் பலிகடாவாக மாற்றுவதோடு அவர்களைப் புதுவிதமான அடிமைகளாக்கிவிடும்.

அது மாதிரியான நிலை நாம் முன்னம் இருந்த நிலையை விட மிக மோசமான இடத்திற்குக் கொண்டுபோய் விடும்.

மேலும் நவீன இயந்திரங்களால் உற்பத்தி பெருக்கம் செய்வது ஒரு சில மனிதர்களின் மேலாதிக்கத்தை வலுப்படுத்தும்.

மக்கள் இயந்திர மோகத்தால் மனிதத்தை மறக்க நேரிடும்." என்றெல்லாம் பயமுறுத்துகின்றார்.....

"உழும் இயந்திரங்களின் வருகை உழவனின் வேலை வாய்ப்பைத் தட்டிப் பறிக்கும் இதனால் உழவர்கள் வறுமைக்குத் தள்ளப்படலாம் என்று வருந்தினார்.....

பாராளுமன்றங்கள் வெறும் திண்ணைப் பேச்சுக் கடைகள்தான்.

அவர்கள் மக்கள் பணத்தை எப்படி வீணாக்குவது என்று யோசிப்பது மட்டுமன்றி மக்களின் அபிலாசைகளைப் புறந்தள்ளுவதில் மிகவும் கவனமாக இருப்பார்கள்...என்றெல்லாம் மகாத்மா காந்தி கவலையடைந்திருக்கிறார்....."

இது இன்றைய நிலையில் பலருக்கு முரண்பாடாகத் தெரிந்தாலும் ஒரு வகையில் அதில் உண்மை புதைந்துள்ளதை மறுக்க முடியவில்லை....

இன்றைய மாணவன் இதை ஏற்றுக் கொள்ளத் தயங்குகிறான்...'உச்சி வெய்யில் கொழுத்தும் போது ...வாயில்லா ஜீவனுடன் நாள் முழுக்க காய்ந்த நிலத்தை உழுவது தற்காலத்தில் மிகவும் கொடுமையான ஒன்று....

பணிச்சூழலியல் அறியாத பாமரரா...மஹாத்மா..? மிகவும் பின் தங்கிய சிந்தனை என்கிறார்கள்......

காந்தியடிகள் பல சிந்தனையுள்ள எழுத்தாளர்கள் எழுதுவதைக் கூட விரும்பாதவராகவே இருந்துள்ளார்...

அதற்கு அவர் கூறும் காரணம் "நவீன எழுத்தாளர்களுக்கு சிந்தனை வளம் மற்றும்

உலகைப் பற்றிய தெளிவான அனுபவங்கள் இல்லை...

அதனால் நமது கலாச்சாரச் சீரழிவிற்கு வழிவகுக்கும்..... முன்னேற்றம் என்ற பெயரில் முட்டுகட்டை போடப்படும்" என்றார்.

ஆனால் பேரறிஞர் அண்ணா "பழமை என்ற நங்கையும் புதுமை என்ற நம்பியும் இணைக்கும் திருமணம்தான் நவீனம்...நாகரீக வளர்ச்சி"என்றார்...

"பழமையில் நல்லவற்றைப் பேணவேண்டும் புதுமை என்றபெயரால் கண்ட தீமைகளை அணைத்துக் கொள்ளக் கூடாது" என்றும் அண்ணா அறிவுறுத்தினார்.

சுவாமி விவேகானந்தர் சொல்லும் தத்துவம் முக்காலதிற்கும் பொருத்தமானது.....

"சொர்க்கத்திற்குப் போவதை பற்றியும் நான் பொருட்படுத்தவில்லை. நரகத்திற்குச் செல்வதன் மூலமாக என்னுடைய சகோதரர்களுக்கு என்னால் உதவி செய்ய முடியுமானால், நரகத்திற்குச் செல்லவும் நான் தயாராக இருக்கிறேன்........

நம்மைப் பற்றியே முதலில் நினைத்துக் கொள்ளும் சுயநலம்தான் மிகப் பெரிய பாவமாகும். நான்தான் முதலில் சாப்பிடுவேன் நான்தான் மற்றவர்களைவிட அதிகச் செல்வம் பெற்றவனாக இருப்பேன்,

எல்லாவற்றையும் நானே வைத்திருக்க வேண்டும் என்றும், மற்றவர்களுக்கு முன்பு நான்தான் சொர்க்கம் போவேன், மற்றவர்களுக்குக் கிடைப்பதற்கு முன்பு நான் முக்தியை அடைவேன் என்றும் நினைப்பவன்தான் சுயநலவாதி ஆவான்......." என்கிறார்.

ஒவ்வொரு ஆக்கத்திலும் தியாக மனப்பான்மை வேண்டும் என்று விவேகானந்தர் வழியுறுத்துவது...விஞ்ஞானிகளுக்குமட்டுமன்றி சமூக சிந்தனையாளர்கள் அனைவருக்கும் விடுக்கும் வேண்டுகோளாகும்.

காந்தியடிகள் புதிராக தனது விவாதத்தைத் துவங்கினாலும் கடைசியாக விடுக்கும் வேண்டுகோள்...." **இயந்திரம்**,**தொழில்**,**உற்பத்தி** அல்லது **வினியோகம்** என்று எதை எடுத்துக் கொண்டாலும் ...அது ஒரு தனி மனிதனின் உன்னதத்தினைக் கருத்தில் கொண்டதாக

அமைக்க வேண்டும்...அதுவே ஒரு சிறந்த சமூகம் உருவாவதற்கு வழி வகுக்கும்....

"இது மனிதன் உள்ளவரை போற்றும் மிகச் சிறந்த சிந்தனையாகும்.....இதுவே காந்தியடிகள் ஞானிகளுக்குச் சமமானவர் என்று போற்றுவதற்குச் சான்றாகும்.

இங்குதான் விஞ்ஞானிக்கும், ஞானிக்கும் வேறுபாடுகள் தெரிகின்றது...

விஞ்ஞானிகள் மாற்றத்தை உருவாக்குவார்கள்....ஆனால் ஞானிகள் அந்த மாற்றத்தினால் உண்டாகும் பின் விளைவுகளைக் கணிப்பார்கள்....ஆக நவீன மனிதன் பழமையையும் புதுமையையும் கலந்து பக்குவமாக சிந்திக்கப் பழக வேண்டும்....

"பதில் கூறுபவனைவிட நல்ல கேள்விகளைத் தொடுப்பவனே சிறந்த சிந்தனையாளன்..."என்கின்றார் பிரான்சு நாட்டைச் சேர்ந்த வால்ட்டேர் என்ற பிரபல எழுத்தாளர்......

காலத்தின் மாற்றங்களால் விபரீதங்கள் என்ன நடக்கும் என்று கூறிவிட்டு அதற்கு வழிமுறைகளையும் சிந்தனை செய்தவர் மஹாத்மா அவர்கள்....

வளர்ச்சிக்கும், செழுமைக்கும் வேறுபாடுகளைப் புரிந்து காலத்திற்கேற்ற மாற்றங்களை உருவாக்குவது நமது தலையாய கடமை.... என்கிறார் அறிஞர் அண்ணா

அதை நிறைவேற்றுவதற்கு இன்றைய இளைஞர்களுக்குத் தேவை மனவலிமையுடன் சிந்திப்பது, அதை அடையும் வழிமுறைதான் தியானம்.......... என்கிறார் சுவாமி விவேகானந்தர்.

இது மேற்போக்காக பார்ப்பவர்களுக்கு ஆன்மிக அறிவுரையாக இருந்தாலும்... அது அமைப்புவியல் விஞானத்தின் அடிப்படையாகும்........ அவர் "சொர்க்கம்" என்று சொல்வது செழுமையான வாழ்வையே குறிக்கின்றது...."மனிதத்தை நேசி" என்கின்றார்...இது பகுத்தறிவாளருக்கும் பொருந்தும், விஞ்ஞானிக்கும்
பொருந்தும்.....அரசியல்வாதிகளுக்கும் பொருந்தும்.....

வளர்ச்சியுற்ற சமூகத்திற்கும் செழுமையான சமூகத்திற்கும் உள்ள வேறுபாடுகளை மிக நுணுக்கமாகச் சிந்தனை செய்தவர்கள் பலர்....

அவர்கள் சிந்திய சிந்தனைப் பூக்கள் என்றும் வாடா மலர்களாக இருந்தாலும் ,அதில் மாற்றங்கள் தோன்றும் போது, சிந்தனையாளர்களின் சீடர்கள் தங்கள் கருத்தை மாற்றிக் கொள்ளத் தயங்குகின்றனர்......

"இன்றைய சிந்தனையாளர்கள் தங்களது சிந்தனைக்கு அடிமையாகி விடுகிறார்கள்....அவர்கள் சிந்தனையில் மாற்றங்களைக் ஏற்றுக் கொள்ளும் வரை முன்னேற்றங்கள் நிகழப் போவதில்லை..." என்கின்றார் நேபாளிய இளம் சிந்தனையாளர் சந்தோஷ் கல்வார்.

"தன் சிந்தனை முடிவில்லாதது.. அது மாறும் வலிமையுள்ளது என்று உணர்பவனே உண்மையான சிந்தனையாளன்...."

"எதை சிந்தனை செய்ய முடியும்...எதை சிந்தனை செய்ய முடியாது...என்று தன்னைக் கணித்துக் கொள்பவனே நல்ல சிந்தனையாளன்..." என்கிறார் அமெரிக்க தொழிலதிபர் ஹென்றி ஃபோர்ட்....

"ஒரு செயல் வினையின் பின்விளைவில் விஞ்ஞானிக்கும்.நவீன அரசியல்வாதிகளுக்கும் பொறுப்பு இருக்கின்றது" அதை உணராமல் கண்மூடித்தனமாக ஒன்றை அழித்து மற்றொன்றை உருவாக்குவது வளர்ச்சி என்பார்கள்.....

ஆனால் ஒன்றை உருவாக்கும்போது மற்றொன்று அழியாமல் பாதுகாப்பது தான் "செழுமை" யின் எதார்த்தமாகும்.....

இதைத் தீர்மானிப்பவர்கள் பயமறியாது சிந்திக்கும் அறிஞர்கள்.......மற்றோரெல்லாம் குத்துமதிப்பில் சிந்திக்கும் நுனிப்புல் மேய்பவர்களே... !

தேற்றங்கள் விதிமுறைகள் அல்ல....விதிமுறைகள் வழிமுறைகள் அல்ல....வழிமுறைகள் நிரந்தரமானதும் அல்ல...

வாழ்க பாரதம்! வளர்க பண்பாடு!!

மாற்றிச் சிந்திப்போம்! மாற்றத்தை மகிழ்விக்கச் சிந்திப்போம்

சன்னா.இரத்னவேல்

தனி மனித சுதந்திரம் என்பது மனிதனுக்கு மனிதன் வேறுபடும் விசயமாகும்.....

விஞ்ஞானத்தினால் உருவாக்கப்படும் புதிய தொழில் நுட்பங்களைவிட,கண்டுபிடிப்புக்களை விட...,

பிரிவினைகளும் ஏற்றத்தாழ்வுகளும் அதிவேகமாக உருவாக்கப்பட்டு, ஏதாவது ஒரு வகையில், ஒருவன் கீழே நிற்கவைக்கப்படுகிறான்.....

ஒருவன் எவ்வளவு பெரிய படிப்பையும் பட்டத்தையும் பெற்றிருந்தாலும் ....

மிகப் பெரிய வணங்கத்தக்க சமூகத்தில் பிறந்திருந்தாலும்...அவன் கைகட்டி நிற்க வேண்டிய சூழ்நிலைகள் வந்துதான் ஆகும்.....

இந்தக் கலியுகத்தில் மனிதனாகப் பிறந்த அனைவருக்கும் பொருந்தும்......

காலத்தின் கோலத்தில் இது போன்ற சம்பவங்கள் நிகழ்வதை யாரும் தவிர்க்க இயலாத ஒன்றாகும்....

ஆனால் அது மனிதனின் நல்ல குணங்களை உதறித் தள்ளும் கட்டாயத்திற்கு ஆளாக்கி விடக் கூடாது......

அது அமைதியான சமூக வாழ்விற்கு பங்கம் விளைவித்திடும் தூண்டுதலாக மாறிவிடுகிறது.....

இது போன்ற சூழ்நிலைகள் ஒரு தீவிரவாத செயல்களை விடக் கொடியதாகவே உருமாறி விடுகின்றது...

.இதைப் பின் விளைவு அறியாமல் சமூகத்தில் தண்ணீர் விட்டு வளர்ப்பவர்கள் சாமான்ய மக்கள் என்பது நமக்கு அதிர்ச்சி அளிக்கும் செய்தியாகும்.....

தீவிரவாதம் அதிகம் காணப்படும் இடங்களில் ஆட்சியாளர்களை விட...அதிகாரிகளை விட.... சாமன்ய மனிதனே காரண காரியமாக இருக்கின்றான்...

சாமான்ய மனிதன் சகமனிதனை நேசிக்கும் இடங்களில் தீவிரவாதம் மிகவும் குறைவாகவே காணப்படுகிறது......இதற்கு மனநலரீதியாகக் காரணங்கள் அடுக்கப்படுகின்றன....

"பிறரை நேசி" என்று மனித தத்துவம் உரைக்கின்றது....தன்னையே நேசிக்க முடியாமல் தவிக்கின்ற சூழ்நிலை தற்காலத்தில் மிகவும் பெருகி வருகின்றது....

அதற்குக் காரணம்...ஒரு தனி மனிதன் வாழ்வியல் சுழலில் தன்னை அர்த்தமில்லாமல் மற்றவர்களை விட உயர்ந்தவனாகக் காட்டிக் கொள்ளும் போலித் தன்மைதான் என்பதை சிந்தித்து வாழும் அறிவு ஜீவிகளுக்கும்....மாயையைத் துறந்து வாழும் எதார்த்த துறவிகளுக்கும் புரிந்த ஒன்றாகும்....

.கன்ஃபூசியஸ் "உன்னை நீ மதிக்கக் க்ற்றுக்கொள்...மற்றவர்கள் தானாக முன் வந்து உன்னை மதிப்பார்கள்" என்று உரைத்த தத்துவம் கேட்பதற்கு எளிமையான ஒன்றுதான்,

போதிலும் ஒருவன் தன்னைத் தானே மதித்துக் கொள்வதற்கு, தான் குற்ற உணர்வு அற்றவனாக இருத்தல் அவசியமானது....அது இன்றைய சமூகச் சூழலில் சாத்தியமா..?

ஜோன் திடியன் என்ற அமெரிக்கப் பெண் எழுத்தாளர், மனிதர்களின் போலிக் கலாச்சாரத்தையும் ,செயற்கையாக உருவாக்கப்படும் சுயமரியாதைச் சிதைவுகளைப் பற்றியும்,வாய்ப்புக் கிடைக்கும் போதெல்லாம் சாமான்யன் எப்படி பிரிவினைச் சிந்தனையில் தன்னையறியாமல் மூழ்கடித்துக் கண்ணியமற்றவனாக மாற்றிக் கொள்கிறான் என்பதை தெளிவாக எழுதியுள்ளார்.

'ஒரு தனி மனிதன் தன் வாழ்க்கையைப் பொறுப்புள்ளதாகக் கருதிக் கொள்ளும் பண்புதான் அவனுள் சுயமரியாதையென்னும் நீரூற்றை உருவாக்கிக் கொள்ளமுடியும்.....

இந்த மனோபாவத்தை,அவன் நிரந்தரமாகத் தக்க வைத்துக் கொண்டவனாக நிரூபித்தால்......அவன் எல்லோராலும் மதிக்கப்படுவது நிச்சயம் " என்கின்றார்.

ஆப்ரஹாம் ஜோசுவா சொல்கிறார் "ஒழுக்கம் என்பது சுயமரியாதையின் ஆணிவேராகும்....கண்ணியம் என்ற உணர்வை தன்னுள் வளர்த்துக் கொள்ளும் சக்தி படைத்தவன் மட்டுமே அடுத்தவரின் சுயமரியாதையைப் பாதிக்காமல் வாழ்பவன்...அவன் சரித்திரத்திலும் இடம் பிடிப்பான்..."

சுயமரியாதை என்பது அரசன் முதல் ஆண்டி வரை மட்டுமன்றி....நாம் வழிபடும் கடவுள்களுக்கும் பொதுவானது என்பதை மனிதன் உணர வேண்டும்.....

இது ஒரு குறிப்பிட்டவர்களுக்கு நிரந்தரமாக பாதுகாக்கப்படுகின்றது என்ற மாயத் தோற்றம் மனிதனுக்குத் தாழ்வு மனப்பான்மையை உருவாக்கும்....

சுயமரியாதை என்பது......, யாருக்காவது வக்காலத்து வாங்கிக் கொண்டு, பிரிவினை என்ற பெயரில் செயற்கையாக வாதம் புரிந்து........, மற்றவர்களைத் திட்டி தீர்ப்பது அல்ல....

இந்தச் செயல்...., தன்னை மற்றவர்களிடமிருந்து உயர்த்திக் காட்டிக் கொள்ளும் செயற்கையான அற்ப குணமாகும்...

இது மிகப் பெரிய சமூகச் சேவையாகவே ஊடகங்களிலே செய்து, மனிதர்களை, மனநோயளிகளாக்கி வருகிறார்கள்.....!

ஒருவனுக்கு நாகரீகத்தையும்,சுயமரியாதையையும் கற்றுத் தருவது போல் பேசி தன்னை உயர்ந்தவனாகக் காட்டிக் கொள்வது உலகத்திலேயே ஒரு அநாகரீகமான செயலாகும்........,

கிரீஸ் நாட்டின் சரித்திரச் சிந்தனையாளரும் தத்துவவாதியுமான தியுசிடைட்ஸ் சொல்கிறார்

"சுயகட்டுப்பாடு என்பது சுயமரியாதையின் தலையாய பண்பு....சுயமரியாதையுணர்வு என்பது , தைரியத்தின் தலையாய பண்பு...." என்கிறார்.

சூழ்நிலையால் மற்றவர்களை ஏமாற்றி வாழவேண்டிய கட்டாயம் பன்னாட்டு நிறுவனங்களுக்கும்..., அரசியல்வாதிகளுக்கும்......, அதிகாரிகளுக்கும்....., ஏற்பட்டுள்ள நிலையில், சாமன்யன் தன்னை ஏமாந்தவன் போல் காட்டிக் கொள்கிறான்.....காரணம் தன்னை தேவையற்ற விளைவுகளிடமிருந்து தற்காத்துக் கொள்வதற்காக.....

இந்நிலையில் "மக்களை ஏமாற்றி விட்டோம் என்கின்ற சந்தோசம் ஆள்பவர்களுக்கு ஒருபுறம் இருந்தாலும்... ஏமாற்றியதற்காகப் பிரிகாரம் செய்து

மனதை அமைதித்படுத்த முயற்சிப்பது மறுபுறம் நடந்து கொண்டு இருக்கின்றது.....

வாய்ப்புக் கிடைக்கும் போதெல்லாம் இப்படி மனிதன் புத்திசாலியென்ற பெயரில் தன்நிலை தவறுவதால்...அவனுக்கு தன்னைப் பற்றிய கௌரவம் அவன் மனதில் துளிர்ப்பதில்லை....

குற்றம் இன்னதென்று ஆராய்ந்து எந்தப் பக்கமும் சாயாமல் நடுவுநிலைமை தவறாமல் வழங்கப்படுவதே நீதியாகும்.

நீதி பற்றிக் கவலை இல்லாத மன்னன் அழிவதற்குப் பகைவன் தேவை இல்லை...அவன் தானே அழிவான் என்கிறார் வள்ளுவர்.....

ஆதலால் அவன் தன்னைக் கண்ணியம் உள்ளவனாகக் கருதிக் கொள்ள

முடியவில்லை.....ஆகவே மற்றவர்களையும் கண்ணியமற்றவர்களாக மாற்றிவிடுகிறான்...

சமூக வாழ்வில் ஒரு தனிமனிதனின் கண்ணியமும்,சுயமரியாதையும் மற்றவனின் கைகளில் திணிக்கப்பட்டுள்ளது.....அந்த மரியாதையைப் பெற்றுக் கொள்ளும் திறமையும் மாற்றானுக்கு வழங்கும் திறந்த மனப்பான்மையும் செழிக்கும் சூழ்நிலையில் ஒவ்வொரு தனிமனிதனின் கண்ணியமும்,சுயமரியாதையும் பாதுகாக்கப்படும்......

தன் பணிச் சூழலில் சுயமரியாதையும், திறமையும் போற்றப்படும் போது தவறுகள் செய்வதை மனிதன் தவிர்த்து விடுகிறான்.......

அவன் முடிந்த மட்டும் கண்ணியம் தவறாமல் நடந்து கொள்கிறான் ....இது மனிதவளச் சிந்தனை ஆய்வில் உறுதி செய்யப்பட்டுள்ளது.... இந்த விதி அனைத்து மட்டங்களுக்கும் பொருந்துவதாகும்............

“மனிதன், எல்லாப் போர்களிலும் வெற்றியடைய முடியாது...ஆனால் எதற்குச் சாதகமானான்... பாதகமானான் என்பது அவனுக்கு மட்டுமே தெரிந்த ஒன்று.....

நிதர்சனத்தில் அவன் ,தன்னைப் புத்திசாலியாக நினைத்துக் கொள்ள மாட்டான்...ஆனால்

அடுத்தவர்கள் இவனை அப்படி நினைத்துக் கொள்ள வேண்டும் என்று விரும்புகிறான்....

இது தனக்குத் தானே இழைத்துக் கொள்ளும் கண்ணியக் கேடாகும்....

இது போன்ற நிலைப்பாடு சமூகத்தில் குணப்படுத்த முடியாத புற்று நோயாகி விடுகின்றது" என்கின்றார் சன்னான் எல்.ஆல்டெர் என்கின்ற சிந்தனையாளர்.....

அவர் மேலும் சொல்கின்றார்.....கண்ணியம் என்பதன் பொருள்..பலவகையில் தெளிவுபடுத்தப்படுகின்றது..

"ஒரு மனிதன் தன் படிப்பின் தகுதி,பெற்றோர்களின் அறிவு மற்றும் சமூக நிலைகளைக் கொண்டு தன்னை மற்றவர்களுடன் ஒப்பிட முயற்சித்தால் அவன் கண்ணியம் காணாமல் போய்விடும்.....

தனக்கு எதிரி “தான்” என்று எண்ணுவதை விடுத்து......அடுத்தவனைத் தனது எதிரியாகக் கருதுபவனின் கண்ணியம் சோதனைக்கு உள்ளாக்கப்படும்........

தன் முன்னேற்றம் அடுத்தவன் கையில் உள்ளது என்று நம்பிக் கெடுவதைத் தவிர்த்து..... மதிநுட்பத்தால் அடுத்தவனைத் தனது துணையாக்கி இலட்சியத்தை அடைவது ,கண்ணியத்திற்கு உரமிடும் செயலாகும்.....

தன் வாழ்வு மற்றவர்களைவிட எந்த வகையிலும் குறைந்தது அல்ல என்று இருக்கின்ற வாழ்வை சுவைத்து வாழ்வது மேன்மையிலும் மேன்மை....அங்கு கண்ணியமும் சுயமரியாதையும் தோள்கொட்டித் துள்ளிவிளையாடும்"

பெரியவர்களை மிக அதிகமாகப் புகழ்வதால் தனக்கு மரியாதை கிடைத்துவிடும் என்று பலர் எண்ணுகின்றார்கள்...! மாண்பில் மேலான தலைவர்களை,ஞானிகளை வார்த்தைகளால் புகழும்போது நாம் அந்த மாமனிதர் காட்டிய வழியில் சிறிதளவாவது பயணிக்கின்றோமா என்று யோசிக்கவேண்டும்.

வாய்மையும் தூய்மையும் தவறி வாழ்பவர்கள் சமூகத்தைப் பொறுத்த மட்டும்...ஊடகங்களைப் பொறுத்த மட்டும் மேலாகக் கருதப்படலாம்...ஆனால் மனசாட்சி அவர்களை கண்ணியமிக்கவர்களாகக் கருதாது....

அரசியல்வாதியிடம் கைநீட்டி பணம் பெற்றுக் கொள்ளும்போது, ஒரு வாக்காளன் ,தனது கண்ணியத்தை முழுதும் அழித்துக் கொள்கிறான்....

கண்ணியத்தை இழந்த வாக்காளர்களை...., அரசியல்வாதிகள் புறக்கணிப்பதில் தவறு இல்லை என்று எண்ணுகிறார்கள்..... விளைவு......

அவன் வாழும் சூழ்நிலையால் அச்சம் உருவாகின்றது....அடிப்படை உரிமை மறுக்கப்படுகின்றது...தன் குடும்பம்...சொத்துக்கள்...நண்பர்கள் பாதிக்கப்படுகிறார்கள்........ வாழ்வாதாரங்கள் அழிக்கப்படுகின்றது.......

சுயமரியாதையும் கண்ணியமும் பறிபோகிறது ....அச்சம் தாண்டவமாடுகின்றது... மனிதன் வாழ்வுதன்னை வறுமை சூதாகிக் கவ்விக் கொள்கிறது...... இப்படிப்பட்ட சூழ்நிலைகள்

கண்ணியமான வாழ்வை மனிதனுக்கு அளிப்பதில்லை....

இதற்குக் காரணம் கடமை மறந்த வாக்காளர்கள் சரியான அரசுகளைத் தேர்ந்து எடுக்கத் தவறுவதாகும்......சுயமரியாதையைக் காற்றில் பறக்க விட்டு ஆள்பவர்களிடம் கையேந்தி காசு வாங்கி வாக்களித்த செயலாகும்.... கண்ணியத்தை மண்ணில் புதைத்துவிட்டு இலவசங்களைப் பிச்சைகளாகப் போட்டவர்களைப் போற்றி வாழும் செயலாகும்.....!?

தன்னிடமிருந்து திருடப்பட்ட பணத்தைப் பிச்சையாகப் பெற்றுக் கொள்ளும் வாக்காளன் ......மக்களிடமிருந்து திருடிய பணத்தை அவர்களுக்கே கையூட்டாகக் கொடுக்கும் அரசியல்வாதி.....கற்றதைக் காற்றில் பறக்கவிட்டு கைகட்டிப் பிழைக்கும் அதிகாரி...., சுயமரியாதையும்,கண்ணியமும் இவர்களைப் பார்த்து காததூரம் தள்ளி நின்று கைகொட்டிச் சிரிக்கும் ....இந்தச் சூழ்நிலையில் தன்னை நேசிப்பதும்...பிறரை நேசிப்பதும் போலியானதாகவே இருக்கும்....

இதை ஒரு தனி மனிதனின் ஞானத்தால் நிவர்த்தி செய்யமுடிவதில்லை....அதற்கு மக்கள் சக்தி ஒன்றாக வேண்டும்...இதை உணரும் போக்கு மக்களிடம் குறைவாக இருக்கும் நிலைபோல் தோன்றினாலும்....இயற்கை இரும்புக் கரம்

கொண்டு இந்த அறியாமையை அகற்றி, மக்களின் கண்ணியம் பாதுகக்கப்படும்.....அதற்குத் தனி மனிதனின் ஆரோக்கியமான சிந்தனை மிகவும் அவசியமனதாகும்........

பிச்சைக்கு மூத்த குடிவாழ்க்கை பேசுங்கால்

இச்சைபல சொல்லி இடித்துண்கை - சிச்சீ

வயிறு வளர்க்கைக்கு மானம் அழியாது

உயிர்விடுகை சால உறும்.- ஔவையார்......

வாழ்க பாரதம்....! வளர்க பண்பாடு!!

மாற்றிச் சிந்திப்போம்! மாற்றத்தை மகிழ்விக்கச் சிந்திப்போம்

சன்னா.இரத்னவேல்

நாம் வளர்ச்சி அடைந்து வரும் நாடுகளில் ஒன்றாக இருந்தாலும்....எந்த வளர்ச்சியும் திட்டமிட்டு அடைந்தவையல்ல...........

உலக மயமாதல் போன்ற காரணிகளால் இறக்குமதி செய்யப்பட்ட தொழில்நுட்பங்களும்..., நுகர்வோரின் வெளிநாட்டு மாயைகளாலும்....,

அவ்வப்போது உலக நாடுகளின் வற்புறுத்துதலால் முளைக்கும் கொள்கைகளாலும்தான் ஓரளவு முன்னேறியவர்கள் போல் நடித்து வருகின்றோம்....

'இறந்த காலத்தை முறையாகக் கையாண்டவன் மட்டும்தான் எதிர் காலத்தையும் கையாள முடியும்......அதே போல் நிகழ்காலத்தைக் கையாள்பவன்தான் இறந்த காலத்தையும் கையாண்டிருக்க முடியும்.....”என்றார் உலகின் மிகச் சிறந்த எழுத்தாளர் ஜார்ஜ் ஆர்வெல்......

ஆனால் எதிர்கால மாற்றங்களைக் கணித்து இதுவரை நமது அரசுகள் ஏதேனும் கொள்கை முடிவோ தயார் நிலையோ ஏற்படுத்தி உருப்படியாகச் செய்திருக்கின்றார்களா? என்று ஆராய்ந்தால்.....இல்லை, என்றுதான் பதில் கிடைக்கும்...

இப்படி ‘எதிர்காலவியல்’ நோக்கில் நாம் இயங்காமல், அவ்வப்போது செயற்கையாக உருவாகும் பிரச்சனைகளை சாமாளிப்பதிலும்...

அதற்கு மாறாகத் தேவையில்லாத வேறு ஒருபிரச்சனையைக் கிளைப்பி விடுவது மட்டுமே

செய்து வருவதால், எதிர்காலத்தைப் பற்றி அவர்களுக்கு யோசிக்க நேரமில்லாமல் போகின்றது....

அப்படித் தப்பித்தவறி சில அறிவுஜீவி அரசியல்வாதிகள் ஏதாவது முயற்சித்தால்.....,

அவர்களின் சுயமரியாதையையும் அறிவுத் திறனையும் ஏதாவது ஒரு புகார் கூறி ஊடகங்கள் சிதைத்து விடுவதால்....எதிர்காலம்பற்றிச் சிந்தனை செய்பவர்கள் முடக்கப்பட்டு விடுகின்றனர்........

நிகழ்காலத்தில் 'பிரச்சனைகளை' உருவாக்கும் சிந்தனையாளர்கள் பிரபலப்படுத்தப்படுவது பெருகிவருகின்றது.........உருவாகின்ற பிரச்சனைகளுக்கு தீர்வைத் தருவதை விடுத்து பழிபோடும் போக்கும்...அப்பாவிகளை பலிகடாவாக்கும் செயலும், மிக கவலை தரும் செய்தியாகும்......

இன்றைய ஊடகங்கள் விவாதம் என்ற பெயரில் கூச்சல்களை உருவாக்குவதும் அதில் தகுதியானவர்களைப் புறக்கணித்து, நுனிப்புல் மேய்பவர்களைப் பிரபலப்படுத்திக் கொள்வதும் எந்தவகையிலும் நியாயமாகப் படவில்லை.

இந்நிலையில் இன்னும் பத்து ஆண்டுகளில் மிகப் பெரிய பொருளாதாரச் சரிவு உலக நாடுகளை

ஆட்டப்போகின்றது என்று பல்வேறு பொருளாதார வல்லுநர்கள் எச்சரித்து வருவது மிகவும் சிந்திக்க வேண்டிய ஒன்றாகும்...

இருந்தபோதிலும் இதைப் பற்றிச் சிந்திப்பது வைப்பு வங்கியின் தலைவர் இரகுராம் ராஜனுக்கு மட்டுமே பொறுப்புள்ளதுபோல் பலர் நினைக்கின்றனர்...அரசியல்வாதிகளோ தங்கள் பதவியை தக்க வைப்பதில் மிகக் கவனமாக இருக்கின்றனர்....

பொருளாதார ஆராய்ச்சிக் கூடங்களோ யாரிடம் தங்களது ஆராய்ச்சி முடிவுகளைச் சமர்பிப்பது ...இதைப் பற்றி விவாதிப்பது என்று குழம்பிய நிலையில் உள்ளனர்.... நிற்க...

எதிர்காலத்தில்,பொருளாதார மாற்றங்களினால் தாக்கங்களை உருவாக்கும் நாடுகளின் வரிசையில் அமெரிக்கா,சீனா மற்றும் ஐரோப்பிய நாடுகளின் பங்கு மிக அதிகமாகவே இருக்கும்....இந்தியாவை பொருளாதார வல்லரசு நாடுகளுடன் இணைத்துப் பார்ப்பது ஒரு கனவாகவே இருக்கும்...

ஏனென்றால் இங்கு ஏற்படும் மாற்றங்கள் நமது சுய சிந்தனையில் உருவாகாமல் சீனா போன்ற நாடுகளைப் பார்த்து அதன் கொள்கைகளை நகல் எடுத்து மேலை நாடுகளின் கொள்கைகளோடு பிணைத்து சில கூட்டாண்மை வணிக

நிறுவனங்களிடம் கருத்துக்களைக் கடன் வாங்கி..., ஒரு திட்டத்தை வகுத்து...., விளைவுகளைப் பற்றிக் கவலையில்லாமல்.....,அதை யாரோ ஒரு அதிகாரியிடம் கொடுத்து கண்காணிப்பார்கள்....பின் அது ஊடகங்களுக்குத் தீனியாக அமையுமே தவிர நாட்டிற்கு நல்லது வரப் போவதில்லை.....

இப்படி எதிர் காலத்தைப் பற்றி அறிவியல் பூர்வமாக சிந்திக்காத நாடு எப்படி இத்தனை ஆண்டுகள் தாக்குப்பிடிக்கின்றது....?

அதற்குக் காரணம், கிராமங்கள் மற்றும் சிறு நகரங்கள்,அரசுகளின் ஆட்சியை சார்ந்தோ அதை நம்பியோ வாழாமல்.....

பழங்காலந்தொட்டு உள்ள சுயஅமைப்பு முறையில் தங்களின் மிகக் குறைந்த வருமானத்தில் உயிர்வாழத் தேவையான ஆதாரங்களை உற்பத்தி செய்து கொள்வதும்,சந்தைப்படுத்திக் கொள்வதும் ஆகும்....

அரசு, மக்கள் பெயரில் பல திட்டங்கள் தீட்டினாலும்,அதற்கு நிதி ஒதுக்கீடு செய்திருந்தாலும், இதுவரை மக்களைச் சென்றடைந்ததில்லை.....

சாமான்யன் தனது பொருளாதாரச் சவால்களை யாரிடமும் தெரியப்படுத்துவதுமில்லை,பரிகாரம் கேட்பதுமில்லை.. கேட்டாலும் கிடைப்பதும் இல்லை

.

ஆக, இந்நாட்டின் பொருளாரத்தில் உண்டாகும் ஸ்திரமற்ற தன்மை, பெரும்பாலான விளிம்பு நிலை மக்களை எந்தவித்திலும் பாதிப்பதில்லை...

கிராமத்தில், ஒரு நாளுக்கு தனி மனிதன் அதிகபட்சம் முப்பது முகத்தல் அளவையலகு மட்டுமே தண்ணீர் பயன்படுத்துகின்றான்......

ஆடுமாடுகள் குளிக்கும் நீர்நிலைகளில் நீராடுவதால் நீரை வீணாக்குவது இல்லை...

அவர்களின் எரிபொருள்கள் வைக்கோல்,மாட்டுச் சாணத்தில் உருவாக்கப்படும் "எரு"க்கள், தட்டைகள், காய்ந்த மரக் கொம்ம்புகளையே இன்றும் பயன்படுத்துவதால் அவர்களின் நுகர்வால் இயற்கை வளங்களோ அல்லது மாசு படுத்துதலோ நகர்புறம் போல் அளவை மிஞ்சுவதாக இல்லை......

சாலைகள், குடிநீர் வசதிகளை அவர்கள் எதிர்பார்ப்பதும் இல்லை...

உணவுவகைகள் பெரும்பாலும், அவர்கள் வாழும் இடங்களில் பயிர் செய்ததாகவே இருக்கின்றது....

இறக்குமதிகளாலும் தொழில் நுட்பங்களாலும் அவர்களுக்குப் பயன் ஏதும் இல்லை....மின்சாரம் போன்றவைகளை கேளிக்கைகளுக்காக நகர்புறம் போல் வீணடிப்பதும் இல்லை....

நாம், தேசத்தைப் பற்றி ஊடகங்களில் அரசியல்வாதிகளும், சமூக நலச் சேவகர்களும் பேசும்போது, இந்த மக்களைப் பற்றி மிகவும் கவலை அடைவதுபோல் பாசாங்குகள் செய்கின்றோம்......

இப்படி அரசின் திட்டங்களை எதிர்பார்க்காமல்,

அவர்கள் வாழும் பகுதியிலே உள்ள நிலங்களில் ஒருவருக்கொருவர் உதவியாக வேலை செய்து அதிலிருந்து கிடைக்கும் ஊதியத்தையும், விளையும் தானியங்களையும் பகிர்ந்து கொண்டு அடக்கமாகவும் சுயமரியாதையுடனும் யாரையும் சாராமல் வாழும் மக்களை ஊடகங்களும் அரசியல்வாதிகளும் படிப்பறிவில்லாதவர்கள் என்றும் பின்தங்கியோர்கள் என்றும் பெயரிட்டு அவர்களை அவமானப்படுத்துவதும் கேலிக் கூத்தாக்குவதும்.......

ஒரு மனச் சாட்சி உள்ள நாட்டிற்கு அழகில்லை.....

நமது நாட்டில் சம்பந்தம் இல்லாமல் பீற்றிக் கொள்வதை பெருமையாகக் கருதுகின்றனர்...

அறிவு பூர்வமான ஆராய்ச்சியில்லாமல் பேசுவதை வழக்கமாகக் கொண்டுள்ளனர்...

.உண்மையில் படித்து உழைக்கும் தொழில்நுட்ப வல்லுநர்களையும் அறிஞர்களையும் திட்டமிட்டுப் புறக்கணிக்கின்றனர்....

இந்த சூழ்நிலையில் தொலைநோக்கு அணுகுமுறையில் மற்ற நாடுகளுக்கு முன் உதாரணமாக எந்த விசயத்திலும் நாம் இதுவரை இருந்ததில்லை.....

விளிம்புநிலை மக்கள் உழைப்பைக் கொடுத்துவிட்டு, மிகக் குறைந்த ஊதியத்தில் வாழ்க்கையைச் சிக்கனமாகவும், திருப்தியாகவும் வாழப் பழகி உள்ளதால், பற்றாக் குறைகள் பெரிதாக நெருக்கடிகளைத் தருவதில்லை....

உண்மையில் பற்றாக்குறை அதிகம் உள்ள தேசம் இது.. உதாரணத்திற்கு,அமெரிக்காவில் வாழும் தனி மனிதன் ஒரு வருடத்திற்கு பன்னிரெண்டாயிரம் மின் ஆற்றல் அலகு' மின்சாரம் பயன்படுத்தும் சூழ்நிலையில், ஜப்பான் போன்ற நாட்டில் வாழும் தனி மனிதன் 'ஏழாயிரம் மின் ஆற்றல் அலகு' மின்சாரத்தைப் பயன்படுத்தி அமெரிக்காவை விட மிகவும் சொகுசாக வாழ்கின்றான்.....காரணம், அறிவு பூர்வமான மின் ஆற்றல் மற்றும் தொழில்நுட்ப மேலாண்மையைக் கையாள்வதால் மின்சாரம் வீணாவதைத் தவிர்கின்றார்கள்.....

உற்பத்தி செய்யும் மின் ஆற்றலைத் தானே அழித்து கொள்ளும் ஒரே நாடு...உலகத்தில் நாமாகத்தான் இருக்க முடியும்.....தொழிநுட்ப வல்லுநர்களின் திறமைகளைத் தூக்கிலிடும் தேசம் நம் தேசம்..... ஆனால் சீனாவில் 'மூவாயிரத்து ஐநூறு மின் ஆற்றல் அலகு' மின்சாரத்தை சராசரியாகப் பெற்று தனிமனிதன் வாழும் நிலையுள்ளது....இந்தியாவில் வெறும் 'ஐநூறு மின் ஆற்றல் அலகு' மின்சாரத்தைப் பெறுகின்ற நிலையே தொடர்கின்றது.... இதில் பீஹார் அஸ்ஸாம் போன்ற மாநிலங்கள் 'நூற்றைம்பதிலிருந்து இருநூறு அலகுகளே மனித சராசரியாகப் பெறுகின்றன'.....இது மிகவும் பின்தங்கிய நாடு என்பதை உறுதி செய்கின்றது ....இந்நிலையில் உலக நாடுகளுடன் நம்மை ஒப்பிடுவது அறிவுடமையாகாது என்றே தோன்றுகிறது....

அதாவது பல கிராமங்களிலும்,நகர்புறத்திலும் உழைக்கும் சாமான்ய மனிதனின் தேவைகளையும் சமூகநீதியையும் புறக்கணித்து...., ஏதாவது ஒரு வகையில் அவர்களைச் சுரண்டுவதையே வாடிக்கையாக அரசுகளும்,கூட்டாண்மை வணிக நிறுவனங்களும்,நடுத்தர மக்களும் செய்து வருகின்றனர்....இதைப் புரியாமல் சாமானியன் வாழ்ந்து வருகின்றான்...

இந்நாட்டைப் பொருத்த மட்டும், பொருளாதாரப் புரட்சி என்பது..விஞ்ஞான பூர்வமாக சுரண்டலை நாசுக்காகச் செய்வதே ஆகும்...

இந்தச் சாமான்யன் தனது தேவைகளைத் தியாகம் செய்யும் நிலையில்...., செல்வாக்குள்ள மக்களின் தேவைகள் பூர்த்தி

செய்யப்படுகின்றது......நூறு ரொட்டித்துண்டுகள்....ஆயிரம் நபர்கள் பகிர்ந்து கொள்ள வேண்டிய சூழ்நிலையில் .....

'பலநூறு பேர்' தங்கள் தேவைகளைத் தியாகம் செய்யும் நிலையில்.......ரொட்டித் துண்டுகள் அதிகம் 'கையிருப்பு' இருப்பதாகவே நமது அரசியல்வாதிகளும், அதிகாரிகளும் மற்றும் சாமரம் வீசும் போலிப் பொருளாதார மேதைகளும் தங்களைப் பாராட்டிக் கொள்கிறார்கள்......

அதை ஊடகங்களும்,பத்திரிக்கைகளும் விளம்பரம் செய்து, தங்களது கூலியையும் பெற்றுக் கொள்கிறார்கள்....

விளைந்த தானியத்திற்கு விலைகிடைக்காமல் தடுமாறும் விவசாயிகள்.......குறைந்த விலையில் விவசாயிகளிடமிருந்து அபகரித்த தானியத்தை பாதுகாக்கத் தவறிய அரசுகள்....

.வறுமையிலிருந்து விடுபட வழி சொல்லாமல்.........அழகுக் குறிப்புகளை வகைபடுத்தும் ஊடகங்கள்..... வறுமைக் கோட்டிற்குச் சற்றுக் கீழே வாழ்ந்து கொண்டு தன்னை ஆதிக்கச் சமூகமாக நினத்துக் கொள்ளும் மன நோயாளிகள்.....

இலவச மடிக்கணினி பெற்றுக் கொண்டு கல்லூரிக்குக் கட்டணம் கட்டமுடியாமல் திண்டாடும் மாணவர்கள்....

படித்து முடித்த பட்டதாரிகளை இலாயக்கற்றவர்கள் என்று முத்திரை குத்தும் தொழிற்கூடங்கள்....... பயிற்சி கொடுக்கும் வகையறியாத பெரும் வணிக நிறுவனங்கள்.....

கூட்டு வணிக நிறுவனங்களுக்கு ‘அசலை’ விட்டுக் கொடுத்துவிட்டு, கல்விக் கடனுக்காக நிலத்தையும் வீட்டையும் பறித்து ஏலம் விடும் வங்கிகள்.....

வரிப் பணத்தில், கட்டுமானங்களை உருவாக்கிய வல்லுநர்களையும், அதிகாரிகளையும், ,பொறியாளர்களையும் தரையில் கைகட்டி நிற்கவைத்து, அதைத் திறப்பு விழா செய்து கை தட்டு வாங்கிக் கொள்ளும் அரசியல்வாதிகள்.....

கடமை செய்யாமல் உரிமைக்கு மட்டும் போராடும் அரசு ஊழியர்கள்....உரிமையைக் கேட்காமல் இலவசத்திற்குப் போராடும் மக்கள்.

அரசியல்வாதிகளிடமே பேரம்பேசி வாக்குகளை விற்றுத் தன் தலைக்குத் தானே கத்தியைத் தீட்டிக் கொள்ளும் அதிபுத்திசாலியான வாக்காளர்கள்.......

பொதுச் சேவையையும் ,நாட்டின் வளங்களையும் சமமாகப் பங்கிட்டுக் கொள்ள முடியாத பாமரர்கள்.....

உயர்ந்த கோபுரங்கள்...... தாழ்ந்த உள்ளங்கள்.......யார் இவர்கள்........?

ஓ.....நல்லரசை உருவாக்காமல்.........வல்லரசாகக் கனவு காணும் அந்தத் தீபகற்ப பிரஜைகளா...?

“உலகின் மிகப் பெரிய மனித வளத்தை பெற்றிருக்கும் நாம்......செய்ய வேண்டிய செயல் ஒன்றுதான்....எதிர்காலத்தைப் பற்றிச் சிந்திக்கப் பயிற்சி மேற்கொள்ள வேண்டும்.....

அதை முயற்சிக்கும் வரை நாம் நகல்களாகத்தான் வாழமுடியும்......அசல்களாக மாறமுடியாது......."

வாழ்க பாரதம்! வளர்க பண்பாடு...!

"நாம் எல்லோரும், தீவிரவாதம் தடுக்கப்பட வேண்டும் என்று விரும்புகின்றோம் அதற்கு வழி ஒன்றுதான் .....நாம் அதில் பங்கேற்பதைத் தவிர்க்கவேண்டும்" என்கின்றார் நோம் சோம்ஷ்கி என்ற அமெரிக்க சமூக சிந்தனையாளர்.

இதன் பொருள் என்ன? ...... தீவிரவாதத்தை ஆதரிக்கக் கூடாது என்பதை ஏற்றுக் கொள்ளலாம். தீவிரவாதத்தைத் தடுப்பதற்கு முயற்சி செய்யக் கூடாது என்ற தொனியும் அவர் கூற்றில் இருப்பது போல் தெரிகின்றது.இதன் பொருள் என்னவென்று நாம் யோசிக்க வேண்டும்.

தீவிரவாதச் செயல் என்பது……. நம்பிக்கையில் முரண்பாடு காரணமாகவோ அல்லது கொள்கையின் முரண்பாடு காரணமாகவோ ஏற்படுகின்றது என்றால் அதைக் கூட நாம் களைய முடியும். அதற்கு பல முன் உதாரணங்களும் நிகழ்வுகளும் உண்டு.

ஆனால் அரசியல் ரீதியாக தீவிரவாதம் திணிக்கப்படும் போதும்,அமைதியான நடு நிலையாளர்கள் போல் பாவனை செய்து கொண்டு தீவிரவாதத்தை ஒடுக்குவதுபோல் பிரகடனம் செய்து கொண்டு, தீவிரவாதத்தை அரசியல் ஆதாயமாகப் பயன்படுத்துபவர்கள் பெருகி வருவது மிகவும் கவலைக்குரிய விசயமாகும்.

இது சாமான்யன் புரிந்து கொள்ள முடியாத விசயமாகும்….இப்படித் தீவிரவாதத்தை மறைமுகமாகப் பயன் படுத்திக் கொள்பவர்கள் மிகவும் நுணுக்கமாகவும் சாதுர்யமாகவும் செயல்படுவதால் அது மக்கள் மத்தியில் வெளிப்படையாகத் தெரியாமல் போகின்றது.

அதைக் கண்டறிவதற்கு மக்களுக்கு நேரமும் இருப்பதில்லை.இதை திசை திருப்புவதற்கு ஊடகங்களும் துணையாயிருப்பதால் அது வெளிச்சத்திற்கு வராமல் தீவிரவாதம் திக்கெட்டும் பரவி வருகின்றது. ஒரு தீவிரவாதச் செயல் நடந்து முடிந்த சூழ்நிலையில் அதன் பாதிப்புக்கள் அதன்

விளைவுகள்...பொது மக்கள் மத்தியில் பரிதாபத்தையும், தீவிரவாதச் செயல் மீது கடுங்கோபத்தை ஏற்படுத்தும் போது,

அதற்குத் துணையாக அரசும் ஆயுதத்தைக் கையேந்தும் சூழ்நிலை உருவாகும் போது, சமூகம் ஒரு தேவையில்லாத போரினைச் சந்திக்க நேரிடுகின்றது...

அப்போது தீவிரவாத்தின் அழிவைவிட போரின் பாதிப்பு மிக அதிகமாகவே நிகழ்கின்றது...போருக்குப் பின்னாலும் தீவிரவாதம் இரண்டு மடங்காக, மூன்று மடங்காகப் பெருகி விடுகின்றது....இதைத்தான் நோம் சோம்ஷ்கி இரண்டுவரிகளில் எச்சரிக்கின்றார்....... "தீவிரவாதம் வேண்டாம் என்று உரைப்பவர்கள் போரினை நடத்துவதற்கு என்ன உரிமையிருக்கின்றது..? ......

போர் தொடுப்பது என்பது தீவிரவாதத்தைக் களையும் தீர்வாகாது" என்கின்றார் ஹோவர்ட் ஜின் என்ற மற்றொரு அமெரிக்க அரசியல் சிந்தனையாளர்.இது மாதிரி சிந்தனைகள் பத்தொன்பதாம் நூற்றாண்டில் சிந்திக்கப்பட்டவைகள் என்பதை நாம் மறந்து விடக் கூடாது......

இன்றைய தீவிரவாதங்கள் கலாச்சாரம்,சமயம்,பொருளதார மற்றும் விடுதலை

போன்ற அடிப்படைவாத நம்பிக்கையில் உருவாகின்றன என்பது வேடிக்கையாக உள்ளது...

நம்பிக்கை உள்ளவர்கள் தீவிரவாதச் செயல்களில் தீவிரமாக இருப்பது வேடிக்கையாக இருக்கின்றது...

இதை ஆதாயமாகப் பயன்படுத்தி அரசியல் நடப்பதும் மிகவும் வேடிக்கையாக இருக்கின்றது....ஆக தீவிரவாதம் என்பதும், அதை களைபவர்கள் என்ற போர்வையில், நிரந்தரமாக உலக அமைதிக்கு பங்கம் விளைவித்து வருகின்றன...

நம்பிக்கைக்கும் எதார்தத்திற்கும் வித்தியாசங்களை உணர்த்தும் கல்வி உலக நாடுகளில் அமுலாக்கப்படவில்லை என்பது இதன் மூலம் உணர முடிகின்றது.....இதை உணர்ந்த நாடுகளில் தீவிரவாதம் தலையெடுக்காமல் இருப்பதும் நிதர்சனமே...கலாச்சாரத்தை வித்தியாசமாகக்

கையாளும் நாடுகள், தங்களை வளர்ந்த நாடு என்றும்,வளர்ந்து வரும் நாடு என்றும் தாங்களாகவே அறிவித்துக் கொள்கின்றன....

இப்படி தங்களை அறிவித்துக் கொள்ளும் நாடுகளில் "அனுதாபத்தைக் கருணை என்றும்......,

பிரச்சாரம் செய்வதை அறிவு என்றும்.....,புகழ்வதைச் சாதனையென்றும் என்றும்.....,பதற்றத்தை அமைதி என்றும்.....,வதந்தியைச் செய்தி என்றும், தானியங்கித் தொழில் நுட்பக் கருவிகளை 'இசை' என்றும்....... பிதற்றிக் கொள்கின்றார்கள்".

இதை நாகரீகம் என்றும் பேசிக்கொள்ளும் சூழலில் தீவிரவாத்தையும் அதன் பாங்கினையும் புரிந்து கொண்டு அதைக் களைவது சாத்தியம் உண்டா என்று சிந்திக்க வேண்டிய தருணம் இது.

"தீவிரவாதத்தின் நோக்கம் தீவிரவாதம் செய்தல் ...ஒடுக்குமுறையின் நோக்கம் ஒடுக்குமுறையை ஊக்குவித்தல் ....

சித்ரவதையின் நோக்கம் சித்ரவதையை கடுமையாக்குவது....கொலையின் நோக்கம் கொலை செய்தலை நுணுக்கமாகச் செய்தல்....அதிகாரத்தின் நோக்கம் அதிகாரத்தை மக்களுக்குப் பகிராமல் பார்த்துக் கொள்ளுதல்" என்று மிகப் பிரபலமான

"1984" என்ற புனைக்கதைப் புத்தகத்தில் ஜார்ஜ் ஆர்வெல் சொல்கின்றார்......

இன்றைய நிலையில் தீவிரவாதத்தின் செயலால் பலனடைவது அரசியல்வாதிகள் மட்டும்தான். தீவிரவாதிகளுக்கும் மக்களுக்கும் அது நன்மை பயப்பதில்லை என்பதை தீவிரவாதிகள் உணர வேண்டியது அவசியம்..

.இன்றைய சூழலில் அறிவைப் பயன் படுத்துவது புத்திசாலித் தனமாகத் தோன்றும்..அதை அரசியல்வாதிகள் மட்டுமே செய்து வருகின்றனர்.அந்த புத்திசாலிகளின் வளர்ச்சிக்குத் தீவிரவாதம் உரமாகப் பயன்பட்டு வருகின்றது,. என்பதை தீவிரவாதத்தை ஏற்பவர்களும் அதற்குத் துணை போகின்றவர்களும் உணர வேண்டும்....

ஆனால் தீவிரவாதத்தின் நோக்கம், மனிதத்தை நோக்கிப் பயணம் செய்வதாக, தீவிரவாதிகள்

நம்புவது அறியாமையின் எல்லையாகும்...எதையோ சாதிக்கப் போகின்றோம் என்கின்ற அறியாமை அவர்களை மன நோயாளிகளாக மாற்றி விடுகின்றது...அதன் விளைவு பொது மக்களும் ,பெண்களும் ,குழைந்தைகளும் காரணகாரியம் இல்லாமல் உயிர் சேதமடைகின்றனர்...

பொது சொத்துக்கள் பெரும் சேதத்திற்குள்ளாக்கப்படுகின்றன.....இது அரசியல் புரிவோர்க்கு மிகவும் சாதகமாகப் பயன்படுகின்றது என்பதுதான் உண்மை..

இதையறியாத தீவிரவாதிகள் மீண்டும் தனது தவறைச் செவ்வனே செய்து வருகின்றனர்.....

அடிப்படைவாதம் என்பது, தொழில் நுட்பங்கள் வளர்ந்த நிலையில் ஒரு அறிவற்ற போக்காகவே கருதப்படுகின்றது....

உலகத்தின் மாற்றம் மனிதனை ஒரு தீவாக மாற்றி உள்ள சூழ்நிலையில் அவன் தனிப்பட்ட வாழ்வு வழிமுறை அவன் கையிலேதான் உள்ளது.ஒரு தனி மனிதன் வாழ்வியல் முறைகளை அடுத்தவன் பின்பற்ற வேண்டும் என்று விரும்புவது சமூக நீதிக்குப் புறம்பானது. ......

அதுபோல் தனி மனிதனின் புரிதல் நிலையில் ஒரு வெற்றிடம் ஏற்பட்ட சூழலில் அவன் மற்றவர்களை

வழி நடத்துவதை விட குழப்பங்களை ஏற்படுத்தும் போக்கு அதிகமாகி உள்ளது....இதனால், அடிமையாக வாழ்பவன் சுதந்திர மனிதனாகவும்.......,

சுதந்திரமானவன் தன்னை அடிமையாகவும் பிரகடனப்படுத்திக் கொள்கின்றான்...அதே போல் தாந்தோன்றிச் சிந்தனைகளை அறிவு பூர்வமானவை என்று காலம் கடந்து பேசி, தன் மனநலத்தை சூறையாடுகின்றான்...அதன் விளைவு....இயலாமையின் எல்லையில் தன்னைப் போர் வீரனாக பிரகடனப்படுத்துகின்றான்...

முடிவில் தன்னையும் தன்னைச் சார்ந்தோரையும் பலிகடாவாக்கிக் கொள்வதோடு....அப்பாவிகளையும் பலியிட்டு, புதிராகவே பயணத்தைத் தொடர்கின்றான் அல்லது தன்னை மாய்த்துக் கொள்கின்றான்.

தீவிரவாதத்தை அழிக்கப் புறப்பட்டோரெல்லாம் தீவிரவாதிகளை மட்டுமே அழித்துள்ளனர் என்பது வரலாறு....

"நீண்ட காலம் தீர்க்கப்படாத முரண்பாடுகள்தான் தீவிரவாதத்தின் ஊற்றுக்கண்ணாக மாறுகின்றது..." என்பதை தீவிரவாதத்திற்கு எதிராக குரல் கொடுப்பவர்கள் உணருவது மிக அவசியமானது.இதை உணர்ந்தவன் ஆயுதத்தைத் துணைக்கு அழைத்துச் செல்லமாட்ட்டான்...

தீவிரவாதத்தின் செயல்களுக்கு பதிலடி கொடுப்பதை விட தீவிரவாதிகளின் நோக்கத்தை பரீட்சை செய்வது பலனைத் தர வாய்ப்புள்ளது.

தீவிரவாதம் எப்போதும் சரணடந்ததாகச் சரித்திரம் இல்லை...அதே போல் வெற்றி பெற்றதும் இல்லை.

தீவிரவாதியின் உக்கிரம் அரசியல்வாதிகளுக்கும் மக்களுக்கும் உள்ள உறவினைப் பொறுத்து மாறுபடும். இதனை மக்கள் புரிந்து கொள்ளும்போது

தீவிரவாதம் செயல் இழந்து ஜனநாயகம் புத்துணர்ச்சிபெறும்.

அரசியல் சூழ்ச்சியில் மக்கள் மாட்டிக் கொள்ளும்போது தீவிரவாதம் துளிர் விடும்.இது காலத்தின் கோலம்.மக்கள் செயலில் நேர்மையும்,தூய்மையும் மிளிரும்போது தீவிரவாதம் மண்ணோடு மண்ணாகி மறந்து போகும்.

மக்கள் அறியாமையில் ஊஞ்சல் ஆடும்போது அறிவாளிகளில் ஒரு பிரிவினர் தீவிரவாதியாகவும் மற்றொரு பிரிவினர் அரசியல்வாதிகளாகவும் மாறி மக்களைப் பந்தாடும் சூழல் தோன்றுகின்றது.

"அரசியல்வாதிகளின் திருட்டுத்தனமான குண்டுகளுக்கும்,தற்கொலைப் படையின் குண்டுகளுக்கும் வித்தியாசம் இருப்பதில்லை.

ஏனென்றால் அவைகள் மக்களைத்தான் பதம் பார்கின்றனர்.இதில் யாரும் உயர்ந்தவரில்லை," என்கின்றார் இங்கிலாந்தின் அரசியல்வாதியும் சிந்தனையாளருமான டோனி பென்.

அரசியல்வாதிகளும்,தீவிரவாதிகளும் ஒருவரை ஒருவர் மிரட்டிக் கொள்ளும் போது போர் மூளும் நிலை உண்டாகின்றது.அதில் பாதிக்கப்படுபவன் வறுமையைப் போக்குவதற்காக இராணுவத்தில்

சேர்ந்த அப்பாவியும்,வறுமைக்காக திவிரவாதிகளுடன் சேர்ந்த பாமரனுமே ஆவார்கள்.

இதில் அடிப்படைவாதியும்,அரசியல்வாதியும் போராளிகளாக,தியாகிகளாக தங்களைப் பீற்றிக் கொள்வார்கள்.அப்பாவிகளின் குடும்பம் மீண்டும் வறுமைக்குத் தள்ளப்படுவார்கள்.

ஒரு கதையில் வரும் காட்சி...ஒரு தனிமையான கிராமத்தில் வயதான, பார்வையற்ற ஒரு மூதாட்டியின் குடிசையின் வாசலில் மெல்லிய குரல்களில் மக்கள் பரிதாபத்துடன் உரையாடும் பேச்சு சப்தம் கேட்டுத் தட்டுத்தடுமாறி தன் குடிசையை விட்டு வெளியே வருகின்றாள்.அங்கு குழுமியிருந்த மக்கள் நடுவே இருந்த ராணுவ அதிகாரி,

அந்த மூதாட்டியிடம், " தீவிரவாதிகளுடன் நடந்த போரில் உன் மகனை ராணுவம் சுட்டுக் கொன்றுவிட்டது.அவன் இறந்த உடலை தங்களிடம் ஒப்படைக்க வந்துள்ளோம்" என்றார்.

இதைக் கேட்டு அதிச்சியடைந்த மூதாட்டி தன் மகனின் உடலை மடியில் பரப்பி தனது கரங்களால் அவன் தலையை கட்டியணைத்து தாங்க முடியாத துக்கத்தில் சன்னமான குரலில் அவன் காதில் முணுமுணுத்தாள்,"நீ குழந்தையாய் இருக்கும்போதும்..... நான் உன்னை முத்தமிட்டுக் கொஞ்சும் போதும்.....நீ மான் குட்டி போல் தாவித்திரிந்து பள்ளி செல்லும்போதும் நீ தீவிரவாதியாவாய் என்று எனக்குத் தெரியவும் இல்லை..நீ எனக்கு அதை உணர்த்தவும் இல்லை.....எப்படியடா இது நடந்தது.....!" என்று அவன் தலையைத் தன் மார்பில் இறுக்கிக் கொண்டு குமுறினாள்..... கதை முடிகின்றது.....

இந்த உலகில் எவரும் தீவிரவாதியாகப் பிறப்பது இல்லை... அது ஒரு அங்கீகரிக்கப்பட்ட தொழிலும் அல்ல..அதில் ஈடுபடுகின்ற எவரும் விரும்பிச் செயல் புரிவதும் இல்லை...போதிலும் அது நிகழ்கின்றது...இதற்கு காரணம் கூறும்போது அது விவாதமாகி மீண்டும் தீவிரவாதம் தாண்டவமாடுகின்றது...

ஆக காரணமற்ற செயல்களுக்கு காரணம் கற்பிப்பது காரணமாக்கப்பட்டு காரணம் அறியாமல் உயிர்கள் எடுக்கப்படுகின்றன.....இதை ஊடகங்களிலும் செய்தித் தாள்களிலும் கேட்கும்போதும், படிக்கும்போதும், நாம் உயிரோடு இருக்கின்றோமா என்ற சந்தேகமும் எழுகின்றது.

"விஞ்ஞானபூர்வமாக அமைக்கப்பட்ட வடிகால்கள் உள்ள நகரில் விழுந்த மழை நீர் அமைதியாக அவைகளினூடே புகுந்து சென்று நதிகளிலும், கடலிலும் கலந்து விடும்......

அது மண்ணில் உறியப்பட்டு சகதியாக வாய்ப்பில்லாமல் போய்விடும் ......அதேபோல் சமூகரீதியாக மனிதனுக்கு வடிகால்கள் உருவாக்கப்பட்டால் அவன் மனரீதியாக தீவிரவாதியாக வாய்ப்பில்லை" என்கின்றார் பிரபல ஜப்பானிய எழுத்தாளர் ஹருகி முரகாமி

ஒரு தாயின் அன்பைப்போல் சமூகத்தின் நேசம் ஒரு தனி மனிதனுக்கு இன்றியமையாதது..

அதைச் சமூகம் கொடுக்கத் தவறும் சூழ்நிலையில் தீவிரவாதிகள் தெருத்தெருவாக உலவுவார்கள்.....உருவாவார்கள்...!?

வாழ்க பாரதம்! வளர்க பண்பாடு!!

மாற்றிச் சிந்திப்போம்! மாற்றத்தை மகிழ்விக்கச் சிந்திப்போம்

"மேதைகளுக்கும் முட்டாள்களுக்கும் உள்ள வித்யாசம் என்னவென்றால்...மேதைகளுக்கு அளவுகோல் உண்டு, ஆனால் முட்டாள்களுக்கு அப்படி எதுவுமில்லை.." என்கின்றார் ஐன்ஸ்டீன்.

நவீன சமூகம் ஒரு மிகக் குறுகிய வட்டத்திற்குள் கட்டமைக்கப்பட்டுள்ளது...

அதில் பல அதிமேதாவித்தனமான காரணங்களை விவாதித்து தங்களைத் திறந்த மனது படைத்த அறிவு ஜீவிகளாகக் காட்டிக் கொள்வதில்தான் மிகவும் முனைப்பாக இருக்கின்றது.....

பெரும்பாலும் நாம் விற்பன்னர்கள் என்ற வியாக்யானத்தின் அடிப்படையில் பயணம் செய்வதால் விற்பன்னர்களை ஒருங்கிணைத்து சிந்திக்க மறந்து வருகின்றோம்..விளைவு ஒவ்வொரு விற்பன்னர்களின் மேதாவித்துவம், இவர்கள்

அல்லாத மற்ற துறையில் புதிய பிரச்சனைகளைத் தோற்றுவிகின்றது...

இதனால் மனிதன் வாழும் நிலம், நாடுகள் சார்ந்து மட்டுமன்றி,மொழிகள் சார்ந்துமட்டுமன்றி அறிவியல் ரீதியாகவும்,தொழில்நுட்ப ரீதியாகவும் பிளவுபட்டு நிற்கின்றன....

முன்னேற்றம் என்ற கருத்தியலில் செயற்கையாகப் பிளவுகள் பெருகி வருகின்றன...

தனி மனித சிந்தனையின் அடிப்படையில் எழும் கருத்தியல் போர்களும்...

அறிவியல் அடிப்படையில் எழும் கோட்பாடுகளின் வளர்ச்சியும் ஒத்துப் போவதற்கு முடியாமல் திணறும் சூழ்நிலையில் உலகம் ஆடிக் கொண்டிருக்கின்றது....

ஏற்கெனவே சமூக ரீதியாக முளைத்து வளர்ந்த பிரச்சனைகளுக்கு தீர்வுகளைத் தெரிவு செய்வதில் பல இடர்பாடுகளைச் சந்தித்து வரும் நேரத்தில்...

அறிவியல் வளர்ச்சியென்ற பெயரில் ஏற்படும் முரண்பாடுகளின் வெப்பம் மிகத் தீவிரமாகவே பரவி வருவதால்...

அரசியல் கொள்கைகளைத் தீர்மானிப்பதிலும் தொய்வுகளும், குழப்பங்களும் மேலோங்கிக் காணப்படுகின்றது.......

இதனால் மூலதனங்களைப் பகிர்வதிலும்,இயற்கை வளங்களைப் பாதுகாப்பதிலும் சிக்கல்கள் பெருகி உள்ளது..... இதற்குக் காரணம் கட்டமைப்புக் கோளாறுகளாகும்...

சமூகக் கட்டமைப்புகள், அமைப்புவியலின் அடிப்படையில் அமைய வேண்டுமே தவிர மனிதர்களின் தாந்தோன்றித்தனமான ஆணவச் சிந்தனைகளின் அடிப்படையில் அமைவது நல்லதல்ல.....இதனால் தனி மனித தவறுக்காக சமூகம் தண்டனை பெறும் சூழ்நிலைகள் பெருகும்.....

....கட்டமைப்பு என்பதைத் தவறாகப் புரிந்து கொண்டதாலும் இயற்கையையும் மக்களையும் ஒருங்கிணைத்து செயல்படாததாலும்.....மக்கள் மனதில் உள்ள பிரிவினை வேறுபாடுகளைப் போல்

அறிவுஜீவிகளின் சிந்தனைகளும் ஒருங்கிணைக்க முடியாமல் பிளவுண்டு கிடப்பது எதிர்கால மனித வளர்ச்சிக்கு ஒரு சவாலாக இருக்கின்றது......

“அமைப்புவியல்” முறைப்படி சிந்திப்பது என்பது தனியொரு மனிதனாகவோ அல்லது ஒரு குறிப்பிட்ட குழுக்கள் ஒன்று சேர்வதோ அல்ல..

யார் யாரைச் சிந்திக்க அழைப்பது என்று கண்டறிவது வளர்ந்த நாடுகளில் ஒரு கலையாகவே கருதப்படுகின்றது.....

அது ஒரு விஞ்ஞானத்தின் அடிப்படையில் உருவாக்கப்பட்ட செயல்முறை என்பதை உணர்ந்தோர் மட்டுமே ஈடுபடக் கூடிய ஒரு பயிற்சி....

அதற்கு "அமைப்புவியல் சிந்தனை" என்று பெயர்..இன்று வளர்ச்சியடைந்த நாடுகளின் கூட்டு வணிக அமைப்புகளிலும்,விஞ்ஞானக் கூடங்களிலும் மற்றும் அரசியல் சார்ந்த விவாதங்களிலும் பிரபலமாகி இருந்தாலும், இந்த சாமான்ய வழிமுறையை மேன்மைபடுத்தி விஞ்ஞான ரீதியாக மனிதன் தன் கற்பனைத் திறனுக்கும் அப்பாற்பட்ட தீர்வுகளையும்,முடிவுகளையும் வளர்ந்த நாடுகள் நெறிப்படுத்துகின்றன....

“ஆபத்துக்களைக் கணக்கிட்டுச் செயல்படுபவனும் ,சூதாட்டத்தில் ஈடுபடுபவனும் என்றும் ஒன்றாகக் கருத முடியாது.." என்கிறார் மனநல நிபுணர் ஸ்டெஃபினி கூக்ளே....,ஆக ‘சிந்திப்பது என்பது பயிற்சியின் போக்கு’.......யோசனை என்பது தீர்வு.....இவை இரண்டும் ஒரு நாணயத்தின் இரண்டுபக்கங்கள்..

ஜனநாயகம் என்ற பெயரில் எல்லோரும் கூட்டமாகக் கோசம் போடுவதைவிட...அறிவியல் ரீதியாகச் சிந்தனை செய்வது நமக்குப் பயன் அளிக்கக் கூடியது.....

"சிந்தனை செய்பவன் தீர்வுகளைக் கூறுபவன் அல்ல....கேள்விகளை எழுப்புகிறவன் , தீர்வுகளை அடையாளப்படுத்துவான்" என்கின்றார் பிரான்சு நாட்டின் அறிஞர் வால்டேர்..

'உலகில் ஐந்து சதவீதத்தினர்தான் உண்மையில் சிந்திக்கின்றார்கள்...பத்து வீதம் தாங்கள் சிந்திப்பதாக நினைத்துக் கொள்கிறார்கள்...எண்பைத்தைந்து சதவீதத்தினர் எடுப்பார் கைப்பிள்ளைகளாக வாழ்கின்றார்கள்" என்கின்றார் தாமஸ் எடிசன்...

"மனிதர்கள் தங்கள் கைகளில் உள்ள ஆப்பிள்களை ஒருவருக்கொருவர் பரிமாறிக் கொள்ளும் கொள்ளும்போது இறுதியாக எல்லோர்கைகளிலும் ஒரு ஆப்பிள் மட்டுமே இருக்கும்...ஆனால் சிந்தனைகளை ஒருவருக்கொருவர் பகிர்ந்து கொண்டால் மேலும் ஒரு சிந்தனை புதிதாகக் கிடைக்கும்...அதுதான் பிரச்சனைகளுக்குத் தீர்வாகவும் மாறும்..." என்கின்றார் அறிஞர் ஐன்ஸ்டீன்..

ஊடகங்கள் மிகப் பெரிய தவறுகளைத் தாங்களை அறியாமல் செய்து வருகின்றன..சிந்தனையாளர்கள் போல் பாவனை செய்பவர்களை கண்மூடித்தனமாக விளம்பரப்படுத்துவதால்..,

தீர்வுகளுக்குப் பதிலாக புதியதாய்ப் பிரச்சனைகள் தோன்றுகின்றன...மேலும் அவர்களிடம் எல்லாவிதமான சமூக,அரசியல் மற்றும் அறிவியல் பிரச்சனைகளுக்கும் தீர்வுகளை கட்டாயப்படுத்தி பெறுவது...

உண்மையான சமூக சிந்தனையாளர்களின் ஆலோசனைகள் புறக்கணிக்கப்படும் சூழல் உருவாகி, மக்கள் தொகைகளை விட பிரச்சனைகள் பெருகி வருகின்றன....

"சிந்திக்கத் தெரிந்தவர்களுக்கு இந்த உலகம் விசித்திரமாகவும் நகைச் சுவையாகவும் இருக்கும்...கவலைப்படுகிறவர்களுக்கு இந்த உலகம் மிகவும் சோகமாகத் தென்படும்..." என்கிறார் ஹொரேஸ் வால்போல் என்ற சரித்திரவியலாளர்.

முழுமை என்பது தீர்க்கமானது....ஒரு இயந்திரத்தின் உதிரிப்பாகங்களை கூடையில் வைத்து அழகு பார்ப்பதை விட அதனை நுணுக்கமான அறிவாற்றலுடன் ஒருங்கிணைத்து அதனை இயங்கச் செய்வது முழுமையாகும்...அது உதிரிப்பாகங்களை விட மிகவும் மேலானது...

எதையும் சிந்தனை செய்யும் போது பாரபட்சமாகவும் தன்முனைப்போடும் ஆணவத்தோடும் சிந்தனை செய்வது மிகப் பெரும் பேராபத்துக்களையும் பின்

விளைவுகளையும் உருவாக்குகின்றன...ஆகவே தேவைகளையும் தீர்வுகளையும் தொடர்புக்கு உள்ளாக்கும் சாதகங்களையும், பாதகங்களையும் பாரபட்சமில்லாமல் அணுகி ஒட்டு மொத்த தேவைகளைப் பூர்த்தி செய்வது சாதாரணமானது அல்ல...

இங்கிலாந்தில் வாழும் இளம் பெண் எழுத்தாளர் மிச்செல் வில்லியம்ஸ் சிந்தனைபற்றி மிக ஆழமாகச் சிந்தித்துள்ளது மனதைக் கவர்வதாக உள்ளது.. "ஒரு மனிதனின் சிந்தனை தண்ணீர் போல் இருக்க வேண்டும்...

அதைக் கைகளில் அள்ளும்போது விரல்களின் இடுக்குகளில் ஊடுருவிச் செல்ல வேண்டும்...

அதே சமயம் அந்த தண்ணீர் கப்பலைத் தாங்கும் இயல்போடு இருக்க வேண்டும்.." என்கின்றார்

அறிவாளிகள் எப்போதும் சமூகத்திற்குள் இருந்து சிந்திப்பவர்கள் அல்ல..

அதற்கும் வெளியில் வந்து சிந்திப்பவர்கள்.

அவர்களிடம் தன்னம்பிக்கைச் சுடர் பரவி இருக்கும்...எதையும் எல்லைக் கோடுகள் அமைத்து அணுகும் பழ்க்கமுள்ளவர்களாக இருப்பார்கள்...

தீர்வுகள், கட்டமைப்புகளுக்கு உத்திரவாதம் தருவதோடு அதன் பின் விளைவுகளைக் கருத்தில் கொண்டு அதற்குத் தேவையான அணுகுமுறைகளைத் தெளிவாக எடுத்துரைப்பார்கள்...

ஒவ்வொரு தீர்வுகளுக்கும் மாற்றுத் தீர்வுகளையும் கட்டமைப்பிற்குள் நிலை நிறுத்துவார்கள்..

இவைகள் அனைத்தும் மனித தர்மத்திற்குள் அடங்கியே இருக்கும்படி செய்வார்கள்...

இப்படிப்பட்ட கட்டமைப்பு ஒரு தனிமனித சிந்தனையால் உருவாக்க முடியாது...

ஆக சமூக மேம்பாட்டிற்காக சிந்தனை செய்யும் அறிவாற்றல் உள்ளவர்களை ஒன்றிணைப்பது மிகவும் சவாலாகவே இருக்கும்...

அப்படி ஒன்றிணைக்கும் முயற்சிதான் சிந்தனையாளர்களின் மிகப் பெரிய வெற்றியாக அமையும்...

அவர்கள் தனியாக சிந்தனை செய்யும்போது தங்கள் வருகையால் சமூகத்திற்கு என்ன பயன் என்ற சந்தேகம் இருந்து கொண்டே இருக்கும்.. இது பொறுப்புணர்ச்சியினால் விளையும் ஒரு முன்னெச்சரிக்கையாகும்.ஆனால் அறிஞர்கள் ஒன்றிணைந்து செய்யும் அறிவுபூர்வமான சிந்தனைகள் மிகப் பெரிய வெற்றியாகவே அமையும்.

இதை உணர்ந்த சமூகமே நாகரீகத்திலும்,அறிவியலிலும், தொழில்நுட்பத்திலும் முன்னேறியதாக இருக்கும்.... இது மிக முன்னேறிய நாடுகளில் மட்டுமே சாத்தியமாகும். ஆகவே அங்கு நிகழும் மாற்றங்கள் மனிதத்தைப் போற்றிப் பேணுவதாகவே இருக்கும்...

"மாற்றம் நேரும்போது மாறாமல் இருப்பது அறிவுடமை அல்ல....அதேபோல் மாற்றம் நேரும்போதெல்லாம் மாறிக் கொள்வதும் அறிவுட்மை அல்ல...மாற்றம் என்பது தேவையின் அடிப்படையில் நிகழ்வதாக இருக்க வேண்டும்... மாற்றம் என்பது கண்மூடித்தனமாகப் பின்பற்றுவது

அல்ல...அது சிந்தனையின் அடிப்படையில் நிகழ்வதாகும் ".

"நாகரீகத்தை நகல் எடுத்து மாற்றிக் கொள்வதும்...காட்டுமிராண்டித்தனத்தை நாகரீகம் என்று போற்றி வளர்ப்பதும்...சிந்தனைத் திறனற்ற சமூகத்தில் மட்டுமே நிகழும் மடமையாகும்..."

சிந்தனைப் பயிற்சியுள்ள சமூகங்களில்,நாடுகளில், மாற்றங்கள் மனிதனை அடுத்த கட்டத்திற்குத் தாலாட்டி அழைத்துச் செல்லும்.

சிந்தனை என்பது பலபேர் ஒன்றாக இணைந்து இசைக்கும் இசை போன்றது...அவைகளில் தடுமாற்றம் ஏற்படும்போது அது அபஸ்வரமாக மாறிவிடும்...

போட்டிக்காக சிந்தனைகளை உலவவிடுவதை விட மற்றவரால் தெரிவு செய்யப்பட்ட சிந்தனைகளை

ஏற்றுக் கொண்டு அறிவுபூர்வமாக அதை மேன்மைப்படுத்துவது அறிவாளிகளின் செயலாகும்...

" ஒரு கருத்தில் நிலையான பார்வை வரும் சமயம்...தயவு செய்து சிந்தனைகளை நிறுத்திக் கொள்ளுங்கள்...இந்தக் குறியீடை மீறினால் உங்களுக்குக் குழப்பம்தான் மிஞ்சும்.." என்கின்றார் அமெரிக்க எழுத்தாளர் ஸ்காட் வெஸ்டர்ஃபெல்டு என்ற அமெரிக்க எழுத்தாளர்...

இதைச் சீன நாட்டின் லாவோ சூ... என்ற அறிஞரும் வலியுறுத்துகின்றார்

சிந்தனையென்பது பத்துபேர்கள் சேர்ந்து கயிற்றின் மேல் நடப்பது போன்றது அதில் ஒருவர் தன்முனைப்பாக நடந்தாலும் அனைவரும் வீழ்வது உறுதியாகி விடும்...

கேள்விகள் எழும்போது பொறுமையாக விளக்கம் சொல்லும் மனப்பான்மை வேண்டும்.....

அதேபோல் கேள்விகள் எழுப்பும்போது பொறுப்பாகவும் செயல்பட வேண்டும்.கேள்விகளினால் யாரையும் கேலிக்கு ஆட்படுத்தக் கூடாது...

அதேபோல் நடைமுறைக்கு ஒவ்வாத சிந்தனைகள் தெரிவு செய்யப்பட்டாலும் அதை கரிசனத்துடன்

பரிசீலனை செய்வது சிந்தனைகளை மேன்மைப் படுத்தும் பக்குவமாகும்....

உலகத்தில் மூன்றுவிதமான சிந்தனையாளர்கள் உண்டு ...

மூன்றாந்தரச் சிந்தனையாளர்கள், தன் கருத்துக்களுக்கு கைதட்டும் பெரும்பான்மையை வைத்துக் கொண்டுச் சிந்தித்து மகிழ்பவர்கள்...

இரண்டாந்தர சிந்தனையாளர்கள், தன் சிந்தனைகளுக்கு ஆதரவு இல்லாமல் சிறுபான்மை பலத்துடன் மகிழ்பவர்கள்,.... ,

முதல் தரச் சிந்தனையாளர்கள் இதற்கு மாறாக, இலக்குகளை நோக்கி மட்டுமே சிந்தனை செய்து மகிழ்பவர்கள்....

இதைச் சொன்னவர் அலென் அலெக்ஸாண்டர் என்ற புகழ்பெற்ற எழுத்தாளர்.

அறிவு ஜீவிகளும்,ஆழமாகச் சிந்திப்பவர்களும் என்றுமே தங்கள் யோசனையில் நிலையாய் இருப்பதில்லை...

காரணம் அவர்கள் மற்றவரின் சிந்தனைகளைப் பரிசீலனை செய்வதற்காகக் காத்துக் கொண்டிருப்பதனால்தான்....

கற்றறிந்தார் கல்வி விளங்கும் கசடறச்
சொல்தெரிதல் வல்லார் அகத்து.

கற்றறிந்த அறிஞர்களின் சிறப்பு அறிஞர்களின் அவையில்தான் புலப்படும்...

குறுகிய மனப்பான்மையையும்,சுயநலத்தையும் "புத்திசாலித்தனம்" என்று போற்றுகின்ற சமூகமும், நாடும் வளர்ச்சியடைய வாய்ப்பில்லை.

ஒரு சமூகமும், நாடும் வளர்ச்சியடையத் தேவை தார்மீக சிந்தனைதான்....அது உலகத்தை ஆளும் சக்தி படைத்தது...

பெரும்பாலும் ஆரோக்கியமான சிந்தனைகளுக்குத் தடையாய் இருப்பதும்...அதே போல் ஆரோக்கியமான சிந்தனைகள் நீரூற்றாய் பெருகுவதற்கும் காரணம் ஜனநாயகம்.

ஆக, ஜனநாயகம் ஒரு இருமுனைக் கத்தி போன்றது.அதைக் கையாள்வதற்குப் பயிற்சியும்,திறந்த மனதும்,பொறுப்புணர்ச்சியும் இன்றியமையாதது....

வாழ்க பாரதம்! வளர்க பண்பாடு!

21

மாற்றிச் சிந்திப்போம்! மாற்றத்தை மகிழ்விக்கச் சிந்திப்போம்!

-சன்னா.இரத்னவேல்

சிந்தனை என்பது மனித குலத்தின் தேவைகளுக்காக செய்யப்படுவதா..? அல்லது தேவைகளை உருவாக்குவதற்காகச் சிந்திக்கப்படுவதா..?

இன்றைய மனிதன் தேசம்,மொழி என்று தன்னை அடையாளப்படுத்திக் கொண்டு, வேற்று தேசத்தில் வாழும், வேற்று மொழி பேசும் மனிதனை தனது உரிமைக்கும்,தனது வாழ்வாதாரத்திற்கும் போட்டியிடும் வழக்கமாகவே கருதுகின்றான்.

இதே போல் ஒவ்வொரு தேசத்திலும், தனது கலாச்சாரமும், வாழ்வியல் முறைகளும் மற்ற தேசத்தை விட உயர்ந்தவை என்று மார்தட்டிக் கொள்கின்றான்.

அவனது சிந்தனையின் அறிவு உலகின் மற்ற சிந்தனையின் அறிவை விட மிக உயர்ந்தவை

என்று தனக்குத்தானே சான்றிதழ் அளித்துக் கொண்டு பெருமையடைகின்றான்.

ஆனால் இந்த பரந்த உலகம் முழுவதும் அவனுக்குச் சொந்தமானது என்பதை தனிமனிதன் மறந்தே வாழ்கின்றான்...

தேசமாகவும்,மொழியாகவும் பிரிந்து வாழும் மனிதன் சற்று ஆழமான சிந்தனையோடு தன் காலத்திற்கு முன்னே சென்று ஆதி கால மனிதனோடு தனது உறவினை நினைத்துச் சிந்தனை செய்தானென்றால்....அவன் இந்தக் குறுகிய கூட்டிலிருந்து வெளியேறி சிறகடித்துப் பறந்து தன் மனச் சிறையிலிருந்து விடுபடுவான்...

அறிவும் விஞ்ஞானமும் தனக்கு மட்டுமே சொந்தம் என்று தற்கால மனிதன் பிதற்றிக் கொள்வது ஒருவகையில் அறியாமையே.

செயற்கை அறிவை ,பிரபஞ்சசத்தின் இயற்கையோடு ஒப்பிட்டுட்டு வியப்படைவதற்கு

ஒன்றுமில்லை. போதிலும் வியப்பாகப் பேசி நடிக்க வேண்டிய சூழ்நிலையில் மனிதன் இருக்கிறான் என்றுதான் கருத வேண்டும்

ஆதி மனிதன் உதிர்த்த முதல் “சொல்லில்” இருந்துதான் இந்த உலகின் மொழியெல்லாம் பிறந்திருக்க வேண்டும்...

இந்த உலகின் மொழிகளெல்லாம் ஒவ்வொன்றோடும் மிகத் தொடர்பு உள்ளது.

ஆக மனிதனின் குடும்ப உறவுகள் போல் உலக மொழிகளுக்குள்ளும் தொப்புள்கொடி உறவுகள் உண்டு என்பதை அறிவு உணரலாம்.

இதை மொழியியலாளர்கள் உறுதி செய்துள்ளார்கள்.

அந்த ஆதி அந்தம் போல், உலகில் வாழும் ஒவ்வொரு மனிதனின் வாழ்வியலும், பாரபட்சம் இன்றி, ஆதி மனிதன் பண்பாட்டின் அடித்தளத்திலே கட்டமைக்கப்பட்டுள்ளது.

தற்கால வாழ்வில் செயற்கையாகச் சிந்தனைகளைப் புகுத்தி தனது வாழ்வியல் முறை, மாற்றானை விட உயர்ந்தது என்று தன்னை வித்தியாசமான மனிதனாகக் காட்டிக் கொள்வது ஆறறிவின் வீழ்ச்சியாகவே சிந்தனையாளர்கள் கருதுகின்றார்கள்.

உலகின் முதல் மனிதன், மனித சந்ததியை உருவாக்கியவன். இந்த பிரபஞ்சத்தின் அத்தனை மனித எண்ணிக்கைகளுக்கும் அவனே தந்தை.

அவனுடன் இணைந்து மனித குலத்தை உருவாக்கியளே அணைவருக்கும் தாய்.

இந்த மனித குலத்தை உண்டாக்கியது மட்டுமன்றி அவர்களை உணர்வுகளின் அடிபடையில் ஒன்றிணைத்தவனும்,நேசித்தவனும் அவன்.

இந்த மனித குலத்தின் காரணகர்த்தாவின் பெயர் ஆதிமனிதன்.

ஆக,அவனின் ஆறாவது அறிவு அன்று உணர்ந்த விசயம் "அன்பு" அல்லது 'நட்பு'. சிந்திப்பதில்

ஒற்றுமை .இணைத்து வாழ்வதில் உள்ள நன்மைகள்.

இந்த உணர்வுகள், உறவுகளாக அவன் மனதில் வெளிப்படும் சூழ்நிலையில் அவனுக்கு இந்த வார்த்தைகள் பழக்கமாகி இருக்க வாய்ப்பில்லை.

அவன் மொழியறிவை உருவாக்கும் முன் இந்த உணர்வுகளுக்கும்,உறவுகளுக்கும் பெயர்கள் இல்லை.

பெயரிட்டு அழைப்பதற்கு அன்று அவனுக்கு மொழியில்லை...மொழிகள் பிறப்பதற்கு முன்பே அவன் மனிதத்தை உணர்ந்தவன்....அந்த உணர்வினால்தான் சந்ததிகள் தோன்றின..அதை அவன் கட்டிக் காத்து வளர்த்தான்..

அதற்குப் பெயர்கள் உருவானது பிற்காலத்தில்தான்.ஆக உணர்வுகளை உறவுகளாக்கியவன் அந்த உறவுகளுக்குப் பெயரிட்டவன்...ஆதிமனிதன்.

அவன்தான் இந்த உலக மொழிகளின் முதல் சொல்லைக் கண்டுபிடித்தவன். அவனின் சிந்தனைக் கூறுகளை ஆராயும்போது...அவன் இந்த பிரபஞ்சத்தின் முதல் விஞ்ஞானி ஆவான்.

ஆம் ..உணர்வுகளை உறவுகளாக்கி அதற்குப் பெயரிட்டவன் இன்றைய சமூக விஞ்ஞானிகளின் வழிகாட்டியாவான்...

அதே போல் குகைகளை வாழ்விடமாக்கியதும் மனித குலத்தின் மகத்தான கண்டுபிடிப்பாகவே கருத வேண்டும்.ஏனென்றால் அந்த சிந்தனையின் நீட்சிதான் இன்று மக்கள் வீடுகளை உருவாக்குகின்றோம்.

அவன் செடிகொடிகளை ஆடைகளாக்கினான். நாம் அதேபோல் ஆடைகள் அணிகின்றோம்.அதில் இன்று பல புதுமைகள் காணப்படலாம்...ஆனால் ஆடையணிவது என்பது ஆதிமனிதனின் சிந்தனை...

அதேபோல் மொழியென்பதும்,மனிதனைப் பெயரிட்டு அழைப்பது என்பதும்,மனிதன் கூட்டமாக வாழவேண்டும் என்பதும்...அதற்கு வலிமையானவன்,

சிந்தனைத் திறன் உள்ளவன் தலைமை ஏற்கவேண்டும்

என்பதும்...கலைகளும்,பண்பாடுகளும்,தானியங்களைக் கண்டறிந்து அதை உழவுத் தொழிலாக வரைமுறை செய்தவனும் அவன்தான்....

ஆதிமனிதன் தனது உணவிற்காகவோ அல்லது உறைவிடத்திற்காகவோ அல்லது உடைகளுக்காகவோ இயற்கையை வஞ்சிக்காமல்...

இந்த பிரபஞ்சத்தின் மண்ணோடும்,தாவரங்களோடும்,பறவைகளோடும், விலங்குகளோடும் இணைந்து வாழ்ந்தான்...

அந்த வாழ்வியல் நீட்சியில் வாழும் தற்கால மனிதன், கல்வி என்ற ஆயுதத்தில் தன் சிந்தனைத் திறனை அழித்து தன்னை இந்த உலகில்

வித்தியாசமானவனாகக் காட்டிக் கொள்வதில் போட்டியிடுகின்றான்...

இந்த பிரபஞ்ச உயிர்களை வேறொடு அழிக்க, கல்வி என்ற பெயரில், விஞ்ஞானம் என்ற முகமூடியை அணிந்து, செயற்கையான தேவைகளை உருவாக்கி, வளர்ச்சி என்ற பெயரில் காடு மேடுகளையும் மனித குலத்தையும் அழித்து, செயல்படுபவன் தற்கால நவநாகரீக மனிதன்.

......அந்த தேசத்தில் உதித்தவன் பல்லாயிரம் காலம் உயிரோடு இறப்பில்லாமல் வாழ்ந்து வருபவன் போலவும்...அவன்தான் மொழியையும் நாகரீகத்தையும் உருவாக்கியன் போலவும்...தன்னை கற்பனை செய்து கொண்டு மனநலம்குன்றி வாழும் நவீன விஞ்ஞானி....

நவநாகரீக விஞ்ஞானப் பட்டறையில் பட்டம் பெற்றவன் , தன்னை அறிவாளியென்றும்...அதைப் பெறாதவன் 'முட்டாள்' என்றும்...அந்த தேசத்தின் மொழி தெரிந்தவன் மனித குலத்தின் மூத்தவன்...மற்றவன் நேற்றுப் பிறந்தவன் என்றும் கருதுகின்றான்.

இந்த மண்ணில் நிலையாக வாழும் பிரஜை அந்த தேசத்தின்பால் மிகப் பற்று உள்ளவனாக அங்கீகரிக்கப் படுகின்றான்.

அக்னியைக் கண்டு பிடித்தவன்,சக்கரத்தைக் கண்டுபிடித்தவன்,மனித குலம் இடம் பெயர முதல் ஒத்தையடிப்பாதையை உருவாக்கியவன்,வெய்யிலுக்கும்,மழைக்கும்,அதிர

வைக்கும் இடிமுழக்கத்திற்கும் உட்பட்டுத் துவண்டு போன மனிதனைக் காப்பாற்றி குகைகளைத் தேர்ந்தெடுத்து, வாழ்வியலின் கருவறையாக மாற்றியவன் கற்கால மனிதன்.

அவன் சிந்தனை விஞ்ஞானப் பட்டறைகள் இல்லாத காலங்களில் தேவையின் அடிப்படையில் நிகழ்ந்தது...

"இது சரி' "இது தவறு" என்ற கோட்பாடு எப்பொழுது உருவானது?

"இது வெற்றி" 'இது தோல்வி" என்ற தர்க்கம் யாரால் உருவாக்கப்பட்டது?

இயற்கையைச் சுரண்டி கட்டப்பட்ட பிரமாண்டமான கட்டிடத்தில் வசிப்பவன் "செல்வந்தன்". இயற்கைச் சூழலோடு மண்குடிசையில் வாழ்பவன் பாவப்பட்டவன். இதை நிர்ணயம் செய்பவர் யார்?...

நவீன மனிதனின் நோக்கம் என்னவென்றால்"தனக்குக் கீழ் இன்னொருவன் இருக்க வேண்டும்" என்ற இயற்கைக்கு முரணான கோட்பாட்டின் அடிபடையிலேயே உழலுகின்றான்,உருளுகின்றான்.

அப்படி உருளும்போது அவனும் ஒருநாள் கீழே விழும் சூழல் ஏற்படுகின்றது.அப்போதும் அவன் தான் மேலேயே இருப்பதாகக் கனவில் மிதக்கின்றான்.

ஒவ்வொரு தேசத்தின் குடிமகனும் இந்த உணர்விலே மகிழ்ச்சியடைகின்றான்.

உலகம் என்பது ஒவ்வொரு ஜீவராசிக்கும் பொதுவானது...தேசத்தின்

அடிப்படையிலும்,கண்டங்களின் அடிப்படையிலும் உரிமை கொண்டாடும் நவநாகரீக மனிதன், தன் தலைக்குத் தானே கத்தியைத் தீட்டிக் கொள்வவதற்குச் சமமே..

விஞ்ஞானம் என்ற பெயரில் உலகின் ஒரு மூளையில் உருவாக்கப்படும் ஆபத்துக்கள் ஒவ்வொரு ஜீவராசியையும் பாதிக்கக் கூடியது. அது சென்றடயும் காலம் உறுதிப்படுத்தாமல், கால இடைவெளி அதிகமானதாக இருப்பதால் நவீன மனிதன், தான் பாதுகாப்பாக இருப்பதாக உணருகின்றான்...

இன்று அவன்...நாளை இவன் என்பதுதான் இயற்கையின் நியதி...இதை நவீன மனிதன் உணர மறுப்பது அவன் கற்ற கல்வியின் விளைவே.

"கல்வி என்பது இயற்கையின் விதியை உணர்ந்து கொள்வது" மனிதக் குறைகளைச் சமன் செய்து கொள்வது ஆகும்.

அதை கற்கால மனிதன் உணர்ந்தே வாழ்ந்தான் என்பதைப் புராணங்களும், சரித்திரங்களும்,இலக்கியங்களும் நமக்கு உணர்த்துகின்றன...

உண்மையை,தேற்றத்தை புறக்கணிப்பதும் அதற்கு முரணாக அஞ்ஞான யுக்தியை விஞ்ஞான யுக்தியாகப் பிரபலப்படுத்துவதும் முன்னேறிய தேசங்களின் செயல்களாக இருக்கின்றன.

அதையே வெற்றி என்றும் பிதற்றிக் கொள்கின்றன....

காற்றும்,மழையும்,வெய்யிலும்,ஆழிலைப் பேரலையும்,நில அதிர்வுகளும் அவ்வப்போது பாடம் புகட்டிய போதும், அதை மிக விரைவில் மறந்தும் விடுகின்றான் இந்த நவீன மனிதன்..

ஆக சிந்தனை என்பது தெளிவு அல்ல, மாறாக முரண்படுவது,இயற்கையின் நியதியை திசை திருப்புவது.அதை விஞ்ஞானம் என்று பிதற்றிக் கொள்வது.

எதிர் காலத்தில் செயற்கையாக சுவாசிப்பதற்கு கருவிகளை உருவாக்க யோசிப்பது.

பின் அதைச் சந்தைப் பொருளாக மாற்றிக் கொண்டு அதன் முதலீடுகளைக் கணக்கிடுவது....

இயற்கையோடு காட்டிற்குள் வாழ்பவனைக் காட்டுவாசி என்று பரிதாபப்படுவது.

அவனையும் காடுகளையும் காப்போம் என்று கூறி சட்டம் இயற்றுவது...பாவப்படுவது, பரிதாபப்படுவது போன்று பாசங்கு செய்வது, சலுகைகள் கொடுப்பது, வியப்படைவது, பாராட்டுவது. பரிசுகள் கொடுப்பது இவைகள் மனித பேதங்களின் விளைநிலமே!. "பல்லுயிர் ஓம்புதல் தொகுத்தவற்றில் தலை".

சிந்தியுங்கள்! மனிதனை நேசிக்கச் சிந்தியுங்கள்!

"வான் முகில் வழாது பெய்க! மழை வளம் சுரக்க! மன்னன்
கோன்முறை அரசு செய்க! குறைவிலாது உயிர்கள் வாழ்க!
நான்மறை அறங்களோங்குக! நற்றவ வேள்வி மல்க!
மேன்மைகொள் சைவநீதி விளங்குக! உலகமெலாம்!.

கச்சியப்ப சிவாச்சாரியார்.

வாழ்க பாரதம்....! **வளர்க பண்பாடு.......!**

சுபமங்களம்

தீர்வல்ல இது !சிந்தனைக்கு மட்டுமே !

மாற்றிச் சிந்திப்போம்! மாற்றத்தை மகிழ்விக்கச் சிந்திப்போம்!

சன்னா.இரத்னவேல்

www.ingramcontent.com/pod-product-compliance
Lightning Source LLC
LaVergne TN
LVHW052148210926
848482LV00018B/9
9798892338288